વીજળીને ઝબકારે

વિજય શાહ

આદર્શ પ્રકાશન

'સારસ્વતસદન', ૧૭૬૦, ગાંધીમાર્ગ, બાલા હનુમાન સામે,
અમદાવાદ ૩૮૦ ૦૦૧

Vijaline Jhabakare
By Vijay Shah
Published by Adarsh Prakashan,Gandhi Road, Ahmedabad 380 001
2014

ISBN 978-93-82593-59-1

પ્રકાશક

કૃષ્ણકાંત મદ્રાસી

આદર્શ પ્રકાશન

ગાંધીમાર્ગ, બાલાહનુમાન સામે,

અમદાવાદ 380 001

❒

પ્રથમ આવૃત્તિ : 2014

❒

© વિજય શાહ

❒

₹ **125-00**

❒

મુદ્રક

મણિભદ્ર પ્રિન્ટર્સ

12, શાયોના એસ્ટેટ, દૂધેશ્વર રોડ, અમદાવાદ 380 004

અર્પણ

મારા બે પૌત્રો

જય મહેતા અને **જેક શાહને**

અને તેમનાં

માતા-પિતાને

દાદીમા અને દાદાજીનો વહાલવારસો

મારી ચિંતનાત્મક વાતો

'વીજળીના ઝબકારે' એ છે ચિંતનની નાની નાની વાતો.

મારા બ્લોગ ઉપર ૨૦૦૭ થી ૨૦૧૪ સુધી છૂટક છૂટક એ લખાતી રહી છે.

એકવીસમી સદીમાં ટૅકનૉલૉજીની હરણફાળે વિશ્વને સાંકડું બનાવી દીધું છે.

બીજી બાજુ લાંબું વાંચવા-વિચારવાનો સમય ઓછો મળે છે.

શોર્ટ અને છતાં સ્વીટ એવું બધાને જોઈએ છે.

ખાસ કરીને અમેરિકા-કેનેડા-ઈંગ્લૅન્ડના ગુજરાતી વરિષ્ઠ નાગરિકોના મનને એક ચિંતા સતાવે છે - 'અમારાં પૌત્ર-પૌત્રીઓને ગુજરાતી વાંચતાં આવડતું નથી, એમને વાંચતા ફાવે અને સાથે સાથે એમની નૈતિકતાનું ઘડતર થાય એવું કંઈક વેબ ઉપર મુકાય તો સારું.'

એમાંથી આ વાર્તાઓનો જન્મ.

'વીજળીના ઝબકારે' શીર્ષક પણ આમ તો પ્રતીકાત્મક.

આપણા લોકસાહિત્યમાં આવતી ગંગાસતી-પાનબાઈની ગીતિઓમાંની એક પંક્તિ

'વીજળીના ઝબકારે મોતીડાં પરોવો રે પાનબાઈ'
વીજળીનો ઝબકારો
એક ક્ષણનું એનું તેજ
તેજલિસોટો જ કહેવાય એને.

એટલા તેજલિસોટામાં મોતી પરોવવાની ક્રિયા સહેજે સહેલી નહીં.

અહીં પણ નાનકડી વાર્તામાં ક્યાંક આવું તેજલિસોટા જેવું મૂલ્યલક્ષી ચિંતન સાંકળી લેવાનો નમ્ર પ્રયાસ કર્યો છે.

આ લખવામાં મને અનેકોની પ્રેરણા મળી છે.

અનેક મિત્રોએ એમાંની વાતો-ચિંતન માટે મને પોરસાવ્યો પણ છે એ સૌનો આભાર.

ખાસ કરીને આ કથાઓને મુદ્રિત રૂપ આપવામાં સક્રિય રસ દાખવનાર મારા પરમ સ્નેહીજનો - આદર્શ પ્રકાશનના શ્રી કૃષ્ણકાંતભાઈ - કમલેશભાઈ, ચિ. ભાઈ નીરવ - કુણાલનો હું હૃદયથી આભારી છું.

– વિજય શાહ

૨૦૧૪
અષાડી બીજ, રથયાત્રા
૨૯ જૂન, ૨૦૧૪

અનુક્રમણિકા

૧. મન ખાલી થઈ જાય, પછી...

મુંબઈનો કાંદીવલી વિસ્તાર.

જગડુશા નામનો એક ગુમાસ્તો ત્યાં રહે.

મુંબઈના ભૂલેશ્વરમાં એની નોકરી...

શેઠ થોડો વધારે પડતો કડક અને ગુસ્સાવાળો.

પાણીમાંથી પોરા કાઢી નાનીનાની બાબતમાં બધા માણસોને ખખડાવે...

તલવારની ધાર પર નોકરી કરવાની.

એટલે જગડુશાનું મન સતત તંગ રહે.

નોકરી કરીને ઘેર આવે ત્યારે મન એનું તણાયેલું જ હોય...

એને એક દીકરો.

નામ હતું એનું આનંદ...

પરાણે વહાલો લાગે એવો...

પપ્પા આવે એટલે સામે જઈને વહાલ કરતો એને વળગવા જાય... પણ જગડુશા આવતાંની સાથે એને પ્રેમથી ઊંચકી લેવાને બદલે એની ઉપર ગુસ્સો કરે... એને ખખડાવે... હા, કલાક પછી પાછા પુત્રને એ જ લાડ કરે... વહાલ કરે... રમાડે... આનંદને પપ્પાની આ ક્રિયા-પ્રતિક્રિયા સમજાય નહીં... ક્યારેક તો એ પૂછી પણ બેસે : પપ્પા, મારો કંઈ વાંક ના હોય તોપણ આવતાંની સાથે તમે મને કેમ ખખડાવો છો અને થોડી વાર પછી પાછા વહાલ કરો છો... આવું કેમ ?

એક દિવસે થયું ઊંધું...

જગડુશાએ આવીને ન આનંદને ખખડાવ્યો... ન એની ઉપર ગુસ્સો કર્યો. ઊલટું આવતાંની સાથે વહાલથી ઊંચકી લીધો.

જગડુશાની પત્ની અને આનંદ બંને માટે આ સાવ નવું. કારણ પૂછ્યું ત્યારે જગડુશાએ કહ્યું, 'બેટા, હવે મેં ખુશ રહેવાનો રસ્તો શોધી કાઢ્યો છે.' પત્ની અને દીકરો બંને એકસાથે પૂછી બેઠાં, 'કયો રસ્તો?'

'આવતાં આવતાં રસ્તામાં શેઠની તસ્વીર ઉપર જૂતાં મારીને આવું છું... તેથી મનનો ગુસ્સો નીકળી જાય છે... અને મારા દીકરાને કે તારે મારા અકારણ ગુસ્સાનો ભોગ બનવું પડતું નથી.' જગડુશાએ કહ્યું.

જગડુશાએ શોધી લીધો મનને ખાલી રાખવાનો રાજમાર્ગ...

૨. જિંદગી જ્યારે જે આપે...

પ્રકાશ અને મૈત્રી.

મધ્યમ વર્ગનું દંપતી.

આર્થિક રીતે હંમેશાં તંગીમાં જ રહેતું જીવન.

પણ એમાં એક દિવસ છાપામાં જાહેરાત વાંચી.

એક સારા એરિયામાં મકાનમાલિકને પરદેશ જવાનું હોવાથી ઓછા ભાવમાં પોતાનું ફર્નિચર અને સગવડોવાળું મકાન વેચી દેવાનું હતું.

બહુ લાંબો વિચાર કર્યા વગર પ્રકાશે પોતાની અત્યાર સુધીની બધી જ કમાણી એ મકાન ખરીદવામાં ખર્ચી નાખી. ત્યારે એ પોતે એ પણ ભૂલી ગયો કે પોતાના પણ બહેને અમેરિકા જવા માટે કાગળિયાં કર્યાં છે. હા, મનમાં એવું હતું કે પોતાના વિઝા આવતાં હજી ચારેક વરસ તો જરૂર થશે જ ત્યાં સુધી તો પોતાના આ મકાનમાં એ પોતે રહી શકશે.

પણ હાય રે કિસ્મત... !

મકાન ખરીદ્યે હજી તો છ જ મહિના થયા હતા ત્યાં તો એના પણ ઈમીગ્રન્ટ વિઝાનાં કાગળિયાં આવી ગયાં અને સુંદર રીતે સજાવેલ ઘરમાં તે રહેવા ન પામ્યો.

અમેરિકા જવાનું થયું ત્યારે ઘર ભાડે ન આપ્યું એટલે લાઇટબિલ, મકાનવેરો અને મેઇન્ટેનન્સ ચાર્જ વગેરે ખર્ચ કરવા પડ્યા.

આમ ને આમ વરસો વીતવા માંડ્યાં.

અમેરિકા બૅંકમાંથી લોન લઈ ઘર કર્યું ત્યારે ક્રૂદ્ધ મૈત્રી બબડી પણ ખરી 'દેશમાં ભીંતડાં કરીને મૂકી દીધાં... એ પૈસા અહીં હોત તો આટલું વ્યાજ ના ભરવું પડત. આ તો ચોખ્ખા ઘડાના કળશ્યા કર્યા...

પંદર વર્ષે જ્યારે તેઓ ભારત આવ્યાં ત્યારે મકાનના ભાવો આસમાને હતા. બધી રીતે સચવાયેલું મકાન અને સારો એરિયા મળે તો મોં માગ્યા પૈસા મળતા હતા, ત્યારે પ્રકાશે મૈત્રીને કહ્યું, 'ક્યારેક ભૂલ પણ આશીર્વાદ બને છે ખરું ને મૈત્રી ?' અને મનમાં ગણગણ્યો...

જિંદગી જ્યારે જે આપે, જેવી રીતે આપે.

માની પ્રસાદી પ્રભુ તારી, કર્યો સ્વીકાર મેં.

૩. પેઇડ ફોર વન ગ્લાસ ઓફ મિલ્ક

અમેરિકાનું શિકાગો શહેર.

એના એક પરામાં તે બાઇબલ વેચવા માટે ફરતો હતો.

એ હતો ૨૧ વર્ષનો મેક્સિકન છોકરો. ઘરેથી જે લક્ષ્ય લઈને નીકળ્યો હતો એ પ્રમાણે એની પાસેના બાઇબલમાંથી હવે જો એક વેચાય તો આજનું તેનું લક્ષ્ય પૂરું થાય.

થોડો થાકેલો અને ભૂખ્યો પણ હતો. એક ઘરના દરવાજે એણે બેલ માર્યો. મેરીએ ઘરનું બારણું ખોલ્યું. સામે ઊભેલો છોકરો ચક્કર આવતાં લથડિયું ખાઈ ગયો.

મેરીએ એને ઘરમાં લઈ જઈ બેસાડ્યો. એક ગ્લાસ ભરીને દૂધ અને થોડાં બિસ્કિટ આપ્યાં અને એની વાતચીતમાંથી જાણીને એની પાસેથી બાઇબલની એક કોપી પણ ખરીદી.

'ગોડ બ્લેસ યુ' કહી આભાર વ્યક્ત કરી તે ગયો.

એ હતો મેડિકલ કૉલેજનો વિદ્યાર્થી. આર્થિક સંપન્નતા નહોતી તેથી એક ચર્ચ એની ફી ભરતું અને આ છોકરો સ્વૈચ્છિક રીતે માનદસેવા તરીકે બાઇબલ વેચવાનું કામ કરતો.

આ વાતને પંદર વર્ષ વીતી ગયાં. મેરી કૅન્સરની વ્યાધિમાં સપડાઈ હતી. શિકાગોની જે કૅન્સર હૉસ્પિટલમાં તે દાખલ થઈ હતી તે ખૂબ જ મોંઘી હતી. હૉસ્પિટલમાં રહ્યા રહ્યા મેરી બિલ ભરવા અંગે ચિંતિત હતી.

મોંઘી હૉસ્પિટલની આધુનિક સુવિધાએ મેરીને રોગમુક્ત તો કરી પણ હૉસ્પિટલનું બિલ જોઈને એને ચક્કર આવી ગયાં. બિલ સાડાચાર લાખ ડૉલરનું હતું, ત્યાંથી પસાર થતા કૅન્સર સ્પેશ્યાલિસ્ટ ડૉ. કેલીની નજર અચાનક મેરીની સાથે રહેલી એની મા ઉપર પડી. મેરીને તો તેઓ ન ઓળખી શક્યા પણ મા દ્વારા હકીકત જાણી. બિલ હાથમાં લીધું અને ભરાવી દીધું અને મેરીને ભરાયેલા બિલ સાથે એક નાનકડી નોંધ મળી. 'પેઇડ ફોર વન ગ્લાસ ઓફ મિલ્ક.'

હા... જો એક ગ્લાસ દૂધ ડૉ. હાવર્ડ કેલીને એ દિવસે ન મળ્યું હોય તો એ આજના કૅન્સર સ્પેશ્યાલિસ્ટ ન બની શક્યા હોત કદાચ.

૪. મનને ઠરવા દેવું પડે...

ભગવાન બુદ્ધ પોતાના શિષ્યો સાથે બિહારથી નેપાળ જઈ રહ્યા હતા. રસ્તામાં એક શિષ્યે પ્રશ્ન પૂછ્યો.

'ગુરુદેવ, સંકટના સમયે મારું મન વિચલિત થઈ ઊઠે છે. મનને રસ્તો મળતો નથી. પછી જે કંઈ કરાય છે એનું પરિણામ ધાર્યાથી વિપરીત જ આવે છે.'

ભગવાન બુદ્ધે શિષ્યની વાત સાંભળી.

પણ જવાબ આપવાનું ટાળ્યું.

પ્રવાસ આગળ ચાલતો હતો.

એક નદી આવી... મધ્યાહ્નનો સમય હતો એટલે ગુરુદેવે કહ્યું, 'આપણી યાત્રા અત્યારે તાપને કારણે થોડી કઠિન બની રહી છે. એટલે થોડો સમય અહીં જ વિશ્રામ કરીશું.'

પછી પેલા શિષ્યને કહ્યું, 'જાવ, નદીમાંથી પાણી લઈ આવો.'

'ભગવંત, પાણી ગરમ અને ડહોળું છે, જરા ઠરે એટલે લઈ આવું.' શિષ્યે વિનયથી કહ્યું.

બુદ્ધે સ્મિત સાથે શિષ્યને કહ્યું, 'વત્સ, તને તારા પ્રશ્નનો ઉત્તર મળી ગયો ખરો ?'

શિષ્ય મૂંઝવણમાં હતો... એટલે પોતાની વાત તથાગતે સમજાવતાં કહ્યું, 'વત્સ, સંકટનો સમય એટલે ગરમ અને કેટલેક અંશે ડહોળાયેલું પાણી... એવા પાણીને પીવાલાયક બનાવવા માટે એને થોડું ઠરવા દેવું પડે. સંકટના સમયે ગૂંચવાવાને બદલે મનને સ્થિર કરી થોડો સમય શાંત રાખવું પડે... ઠરવા દેવું પડે. ત્યારબાદ શાંત મન જરૂર સાચા રસ્તે લઈ જશે.'

૫. ફરજ પહેલાં... હક્ક પછી

કેતના એકદમ સૂમસામ બેઠી હતી.

અચાનક મમ્મીને કહે, 'મમ્મી મારે નથી જીવવું.'

'પણ કહે તો ખરી તને શું દુ:ખ છે ?'

'મમ્મી, હેમંત મારું કહ્યું માનતા નથી... હું એની ઘરવાળી અને મારી કોઈ વાત એ માને જ નહીં તો શું કરવાનું જીવીને ?'

'બેટા, તું ખોટું વિચારે છે. હેમંત એનાં મા-બાપ સાથે એ ઘરમાં જન્મથી રહેલો... જ્યારે તને પરણ્યે તો હજી એક વર્ષ પૂરું નથી થયું. એ તને એના ઘરમાં સ્થિર કરવા પ્રયત્ન કરે છે. એમાં એને તારી વાત એ ઘરના વાતાવરણમાં યોગ્ય ન લાગતી હોય તો તારી વાત ન સાંભળે... એટલે ખરેખર તો એ કહે એ તારે પ્રેમથી માનવું જોઈએ.'

'મમ્મી, મને ખબર છે કે તું તો હેમંતનો જ પક્ષ લેવાની... પણ હેમંત મારો પતિ છે એની ઉપર પહેલો મારો જ હક્ક હોય ને ? હું કહું એમ જ એણે કરવાનું હોય ને ?'

'બેટા, તું હક્કની વાત કરે છે તો એ ઘરમાં તારી બધી ફરજ તું બરોબર નિભાવે છે ખરી ? હું તો માનું છું કે પહેલાં આપણે વેંત નમવું પડે... પછી સામેના પાત્ર પાસે ફૂટ નમવાની અપેક્ષા રખાય.' મમ્મીએ કહ્યું.

મા-દીકરીની વાત સાંભળતા પપ્પાએ મમ્મીની વાતની પૂર્તિ કરતાં કહ્યું, 'લગ્નજીવનમાં પતિ-પત્નીએ એકબીજાના સ્પર્ધક નથી બનવાનું બેટા, પૂરક બનવાનું છે અને તો જ ઘર નંદનવન થાય...'

ત્રણેની વાત પાછળ રહ્યા રહ્યા સાંભળતો હેમંત બોલ્યો, 'કેતના, તારે તારી વાત પ્રેમથી કહેવાની હોય... હું તારો જીવનસાથી છું... નોકર નહીં. હક્ક મેળવવા કેટલીક ફરજો પણ બજાવવી પડે... હથોડા મારીને ઝાડને ના ઉછેરાય. એને તો પ્રેમથી સીંચવું પડે.'

૬. મારે કાંટા નથી વાવવા...

સરલાએ સુરેશ સાથે ભાગીને લગ્ન કર્યું.

સુરેશ ચાર્ટર્ડ એકાઉન્ટન્ટ હતો.

કુટુંબ પણ સુખી અને સંસ્કારી.

પણ બંનેની જ્ઞાતિ જુદી એટલે વડીલોની મંજૂરી ન મળી... બંને પુખ્ત હતાં એટલે ચૂપચાપ પરણી ગયાં.

એ વાતને વીસ વીસ વર્ષનાં વહાણાં વાયાં.

મા-બાપે સરલા-સુરેશને સમજીને સ્વીકારી લીધાં, પણ સુમન-સરલાનો મોટો ભાઈ - એને ભૂલવું નહોતું. એની વાત એટલી જ હતી કે મેં ના પાડી અને છતાં લગ્ન કર્યું. હું એને માફ નહીં કરું.

બહેન કહે, ‘હા... મેં લગ્ન કર્યું. ભાઈની નામરજી છતાં લગ્ન કર્યું, પણ હું મારા સંસારમાં સુખી છું. મા-બાપે પણ માફ કરી દીધી. મોટાભાઈને શો વાંધો ?’

ભાઈએ ગરજીને કહ્યું, ‘તેં ભાગી જઈને મા-બાપને બહુ દુઃખ પહોંચાડ્યું છે. હું તને નહીં જ માફ કરું.’

મોટાભાઈની દીકરી ક્ષિપ્રા... એણે આ જાણ્યું. એણે આવીને પપ્પાને પૂછ્યું, ‘પપ્પા, ફળદ્રુપ જમીનમાં ખરાબ બી વાવીએ તો સારો પાક મળે ?’

ભાઈ કહે, ‘ના મળે.’

ક્ષિપ્રા કહે, ‘પપ્પા, તમે તો ફોઈની સાથે કાંટા વાવો છો... તો મારો ભૈલો પણ મારે માટે કાંટા જ વાવશે ને ?’ ક્ષિપ્રાની વાતે ભાઈને વિચારમાં નાખી દીધા.

મન ફળદ્રુપ જમીન જેવું... એમાં આવા ડંખના કાંટા... ભવિષ્યમાં શું પરિણામ આવે ?

અને તરત જ નાનીબેન પાસે પહોંચીને કહ્યું, ‘બેન, મને માફ કર... ક્ષિપ્રાએ મારી ભૂલ સમજાવી.’

મારે કાંટા નથી વાવવા.

૭. કામનું હતું તે રાખી લીધું

મહાદેવભાઈ દેસાઈ.

ગાંધીજીનું સર્વસ્વ.

ગાંધીજી ઉપર આવતા દરેક પત્ર હંમેશ પહેલાં વાંચે અને પછી તેઓ ગાંધીજીને આપે.

એમણે એક દિવસે એક પત્ર જુદો તારવીને બાપુને આપતાં કહ્યું, 'બાપુ, આ પત્ર તમારી દૈનિક પ્રવૃત્તિ પતે પછી વાંચજો.'

બાપુએ કલાકેકમાં પોતાની દિનચર્યા પતાવી.

પછી એ કાગળ વાંચવા હાથમાં લીધો.

મહાદેવભાઈ સામે જ બેઠા હતા. મનમાં ચિંતા હતી એમના.

બાપુએ ત્રણ પાનાનો એ પત્ર વાંચ્યો... એમના ચહેરા ઉપર કોઈ ભાવપરિવર્તન ન થયું... એ તો હતા એવા જ શાંત અને સ્વસ્થ.

મહાદેવભાઈને ખબર હતી કે ત્રણ પાના ભરેલા એ પત્રમાં બાપુ ઉપર ખોટા આક્ષેપો કર્યા હતા. એટલું જ નહીં ગંદી ગાળો પણ ભરપૂર હતી.

અને એટલે જ આ પત્ર વાંચીને બાપુ કેવો પ્રતિભાવ વ્યક્ત કરે છે એની એમને ચિંતા હતી.

પણ મહાદેવભાઈ શું જુએ છે ? ગાંધીજીએ તો એ પત્રમાંથી ટાંકણી કાઢી લીધી અને કાગળને કચરાટોપલીમાં નાખી દીધો. મહાદેવભાઈને કહ્યું, 'પત્રમાં જે કામનું હતું એ લઈ લીધું... નકામું ફેંકી દીધું.'

જીવનમાં પણ આટલું શિખાય તો...?

૮. સાગર માટે શું જરૂરી ?

આજે નાનો સાગર જીદે ચડ્યો.

રાતના સાડા આઠ વાગ્યે એનો સૂઈ જવાનો સમય.

કારણ કે સવારે વહેલા એની સ્કૂલ હોય.

આજે રસ પડી ગયો એને વિડિયો ગેમમાં... એક પછી એક ગેમના ચાર લેવલ એ જીતી ચૂક્યો હતો અને છેલ્લું રાઉન્ડ બાકી હતું. આ રાઉન્ડમાં ચેમ્પિયન થવાની એની ઇચ્છા હતી. એ માટે ખૂબ જ એક્સાઈટેડ પણ હતો.

ત્યાં સરિતાનો રસોડામાંથી અવાજ આવ્યો, ‘સાગર, હજી તેં બ્રશ નથી કર્યું ? અત્યારે તો તારે બેડમાં હોવું જોઈએ.’

‘બસ મમ્મી... આ ગેમ પૂરી કરી લઉં.’

‘ગેમ કાલે પણ રમાશે, પણ તું સમયસર સૂઈ નહીં જાય તો સવારે ઊઠીશ નહીં... અને મને પણ સવારે મોડું કરીશ.’

‘મમ્મી, બસ પાંચ જ મિનિટ... !’

‘નો વે... ચાલો હમણાં ને હમણાં બાથરૂમમાં જાવ અને બ્રશ કરો.’

સરિતાના સાગર ઉપરના વટહુકમને ખાળતાં સરિતાના પપ્પા બોલ્યા, ‘રમી લેવા દે ને અત્યારે... સવારે ફરી તેને બધા લેવલ કરવા પડશે.’

‘પપ્પા, તેને શિસ્ત શિખવાડવાને બદલે તમે રેઢિયાળ બનાવો છો... એ મોડો સૂઈ જશે તો મોડો ઊઠશે અને સમય કરતાં મોડો તૈયાર થશે એટલું જ નહીં સ્કૂલમાં પણ ઝોકાં મારશે.’ અને સખતાઈથી તે સાગરને રૂમમાં લઈ ગઈ.

અને પપ્પાનું મન વિચારે ચડ્યું.

સરિતાની સખ્તાઈ સાચા રસ્તાની કે પછી સાગર માટેની પોતે કહેલી છૂટ ? બાળકના વિકાસમાં કોની જરૂર વધારે ?

સરિતાનું આ વલણ શિસ્તભર્યું કે જડતામય ? સાગરને શેની જરૂર વધારે ?

૯. મારા પિતા મને નુકસાન નહીં થવા દે

પ્લેન કોચીનથી મુંબઈ તરફ જઈ રહ્યું હતું.

વીસેક મિનિટના ઉડ્ડયન બાદ...

પ્લેનમાં ચેતવણીસૂચક એનાઉન્સમેન્ટ થયું. 'બેલ્ટ પહેરો' ત્યાર બાદ કૅપ્ટનનો અવાજ 'આગળ ગાઢાં વાદળોમાંથી વિમાન પસાર થશે. તેથી વિમાન થોડું હાલકડોલક થશે.'

મારી બાજુમાં એક સાત વર્ષનો છોકરો બેઠો હતો. તેણે બેલ્ટ બાંધી દીધો હતો.

વિમાન ધીરે ધીરે એ તોફાનમાંથી પસાર થઈ રહ્યું હતું અને એક તબક્કે તો તે લગભગ વીસેક ફૂટ જાણે નીચે પછડાતું હોય એમ પડ્યું. લગભગ બધા મુસાફરોના જીવ તાળવે ચોંટ્યા. મોંમાંથી ચીસકારી નીકળી ગઈ. આગલી સીટમાં બેઠેલાં માજીએ તો હનુમાન ચાલીસા મોટા અવાજે બોલવા માંડ્યા.

મારી નજર બાજુમાં બેઠેલા છોકરા ઉપર ગઈ.

એ ખૂબ જ નિરાંતે બેઠો હતો. કોઈ પણ પ્રકારનો ડર એના ચહેરા ઉપર દેખાતો નહોતો. તેની આંખમાં અજબ નિશ્ચિતતા ડોકાતી હતી.

લગભગ દસેક મિનિટ આમ પસાર થઈ.

ત્યાર બાદ કૅપ્ટન દ્વારા 'સબ સલામત'નું સિગ્નલ આવ્યું અને બેલ્ટ છોડવાની સૂચના પણ.

મારા મગજમાં ઘૂમરાતો પ્રશ્ન હવે શબ્દો બનીને હોઠ ઉપર આવી ગયો. પેલા મારા સહપ્રવાસી છોકરાને મેં પૂછ્યું, 'તને બીક ના લાગી ?'

'નારે... ના... કૅપ્ટન મારા પિતા છે અને મને ખબર છે તેઓ મને કંઈ જ નુકસાન નહીં થવા દે.'

અને મને થયું... કેટલી મોટી વાત આ છોકરા દ્વારા સૂચવાઈ ગઈ. આપણે પણ આપણા પરમ પિતા ઉપર આવો જ ભરોસો રાખી શકીએ તો ?

૧૦. સંબંધોની નાજુક વેલને...

અર્ચના આજે સવારથી ખૂબ જ ઉદાસ હતી.

તેનાં લગ્ન થયાં હતાં રાજન સાથે.

ખૂબ પ્રેમ કરતો હતો રાજન અર્ચનાને.

બંને ખૂબ જ સુખી હતાં.

અને અચાનક કંઈક એવું બન્યું કે આ દો હંસોનું જોડું વિખૂટું પડી ગયું.

શું થયું હતું એમની વચ્ચે ?

અર્ચના કૉલેજમાં પ્રોફેસર હતી.

એ જ કૉલેજમાં એનો એક મિત્ર હતો સુનિલ.

બંને બાળગોઠિયા હતા.

બંનેની વિચારસરણી, કામ કરવાની પદ્ધતિમાં ઘણું સામ્ય. ઘણી વાર અર્ચના સુનિલની વાતો રાજન સાથે કરતી. નિર્દોષ હતી એમની મૈત્રી અને અર્ચનાની સુનિલ વિશેની વાતો પણ એવી જ નિર્દોષ.

પણ રાજનનો સ્વભાવ ખૂબ જ પઝેસિવ.

પોતાના પ્રિય પાત્રનું કોઈ પ્રિય ન હોવું જોઈએ.

રાજનની પઝેસિવનેસ ક્યારે એના મનમાં માલિકીપણાના ભાવમાં પરિવર્તિત થઈ અને ક્યારે એણે અર્ચનાને માનસિક રીતે પરેશાની આપવા માંડી એનો કોઈ ખ્યાલ બંનેમાંથી કોઈને ન આવ્યો.

અને હા...

એનું એક ખરાબ પરિણામ જરૂર આવ્યું.

એ બંને વચ્ચે છૂટાછેડા થઈ ગયા.

આવું કેમ બન્યું બંને વચ્ચે ?

કદાચ સંબંધોની મૂડીને સાચવવામાં બંને ઊણા ઊતર્યાં હતાં.

રાજને અર્ચના ઉપર જે વિશ્વાસ મૂકવો જોઈએ એ નહોતો મૂક્યો અને અર્ચનાને પણ લગ્ન બાદ પતિની માનસિકતાને સમજીને સુનિલ સાથેના સંબંધની ચર્ચાને ટાળવી જોઈતી હતી એ ટાળી નહીં માટે આવું પરિણામ આવ્યું.

સંબંધોની નાજુક વેલને સાચવીશું ને ?

૧૧. અમૂલ્ય

હૉલ બસો માણસથી ખીચોખીચ ભરાયેલો હતો.

વિદ્વાન વક્તા પોતાનું વક્તવ્ય રજૂ કરી રહ્યા હતા.

અચાનક વક્તાએ રૂ. ૫૦૦ની નોટ કાઢી.

કહ્યું, ‘કોને જોઈએ છે આ રૂ. ૫૦૦ની નોટ ? અહીં હાજરમાંથી કોઈ એકને એ જરૂર મળવાની છે. હાથ ઊંચો કરો.’

અને લગભગ બધા જ હાથ ઉપર હતા. ત્યાર બાદ વક્તાએ એ નોટનો ડૂચો કરી નાખ્યો. પછી કહ્યું, ‘હવે આવી ડૂચા જેવી નોટ કોને જોઈએ છે ?’ પહેલાંની જેમ જ લગભગ બધા જ હાથ ઊંચા હતા. હવે વક્તાએ એ ડૂચા જેવી નોટને જમીનમાં પાડી, ધૂળમાં પગ નીચે દાબીને વધારે રગદોળી. લગભગ ફાડી જ નાખી અને એ જ પ્રશ્ન સૌને ફરી પૂછ્યો. ‘આવી ફાટેલી ડૂચા જેવી નોટ કોને જોઈએ છે ?’ આ વખતે પણ લગભગ બધા જ હાથ ઉપર હતા.

હવે વક્તાએ પોતાના વક્તવ્યમાં આ ઘટનાને વણી લીધી અને પોતાના વક્તવ્યને આગળ વધારતાં કહ્યું, ‘તમે સૌ આ નોટની કિંમત જાણો છો કે તે ૫૦૦ રૂપિયાની છે તેથી તે નીચે પડેલી હોય... ચોળાયેલી હોય કે ડૂચા જેવી થઈ ગઈ હોય તો પણ લેવા માગો છો કારણ કે ગમે તેવી હોય તેની કિંમત ૫૦૦ રૂપિયા છે.

ઘણી વખત જિંદગીમાં માણસ નીચે ફેંકાઈ જાય...નિષ્ફળતાથી ઘેરાઈને ડૂચા જેવો થઈ જાય, પણ ત્યારે પણ સ્નેહીજનો માટે તો એ અમૂલ્ય જ હોય છે.

માણસની કિંમત એ માણસ છે માટે છે. માતા માટે પુત્ર સફળ હોય કે નિષ્ફળ. પત્ની માટે પતિ કે પુત્ર માટે પિતા, જે હોય અને જેવા હોય અમૂલ્ય જ હોય છે.

૧૨. પ્રભુનું સર્જન ક્યારેય નકામું હોતું નથી

તેની તે સત્તરમી સુવાવડ હતી.

ત્રણ વારનાં લગ્ન અને નાની ઉંમરથી પ્રજોત્પત્તિ શરૂ થયેલી... બાળક ગર્ભાશયમાં ઊંધું થઈ ગયેલું અને માનું શરીર દર્દ લઈ શકતું નહોતું તેથી ડૉક્ટરે સિઝેરિયન કરીને તે બાળકનો જન્મ કરાવ્યો.

ઓછું પોષાયેલું બાળક અને એક પગ ટૂંકો જોઈને ૩૩ વર્ષના ડૉ. કેવીને કહ્યું, 'માર્ગારિટ, તારું આ સંતાન તારે માટે અને આ ધરતીને માટે બોજ જ બનવાનું છે.'

માર્ગારિટ હસીને મૌન રહી.

જ્યારે બાળકને એના હાથમાં મૂકવામાં આવ્યું ત્યારે પ્રેમથી ચુંબન લઈ બાળકને સંબોધીને તે બોલી, 'આર્થર જુનિયર-૩, માની ગોદ બહુ ગમી ગઈ હતી બેટા તે પ્રસવ પામવો જ નહોતો ?' અને જુનિયર આર્થર પણ માની વાત જાણે સમજતું હોય તેમ ઝીણી ઝીણી આંખ ખોલીને હસ્યું... એ હાસ્ય ઉપર માર્ગારિટ વારી ગઈ. પહેલું સંતાન હોય એવા જ વહાલથી એને ચૂમી લીધું. એ મા હતી... ડૉ. કેવીનની વાતે અંદર થોડું તોફાન જગાવ્યું હતું જરૂર.

સમયનું જળ સતત વહેતું...ડૉ. કેવીનને ૭૫ વર્ષ થયાં. નિવૃત્તિકાળમાં તેમને કૅન્સરની ગંભીર બીમારીએ ઘેરી લીધા. તેઓ જે હૉસ્પિટલમાં સારવાર લેતા હતા ત્યાં તેમને મળવા એક ૮૫ વર્ષની વૃદ્ધા આવી.

ડૉ. કેવીન તેને જોઈને તરત ઓળખી ગયા.

હા... તે માર્ગારિટ જ હતી.

તેણે કહ્યું, 'ડૉ. કેવીન, આ તમારા કૅન્સરની સારવાર કોણ કરે છે ? કૅન્સરમાંથી તમને સહીસલામત બહાર લાવનારને તમે ઓળખો છો ખરા ? હા, એ જ છે મારો આર્થર જુનિયર-૩... જેને તમે મારો અને ધરતીનો બોજ ગણાવતા હતા.'

માર્ગારિટની વાત સાંભળી ડૉ. કેવીને કહ્યું, 'હા, માર્ગારિટ... તમે સાચા છો... દરેક જન્મ લેતું સંતાન એ પ્રભુની અમોલી ભેટ હોય છે. એ ક્યારેય નકામું હોતું નથી. બોજ હોતું નથી.'

૧૩. આત્માનો સાક્ષીભાવ

સવારનો સમય.

ભગવાન બુદ્ધ ધ્યાનસ્થ હતા.

એ સમયે એક ભક્ત આવ્યો. એણે એમના ચરણે ફૂલ ધર્યાં. કપાળે અહોભાવથી તિલક કર્યું. ભોગ માટે મીઠાઈ ધરી.

ભગવાન તથાગત તો ધ્યાનસ્થ હતા.

ભક્તની આ ક્રિયાએ એમના ધ્યાનમાં કોઈ ભંગ ન કર્યો.

ભગવાનનો શિષ્ય તથાગતના આવા બહુમાનથી ખુશ થયો. તથાગતે શિષ્યના આનંદ સામે કરુણાભાવથી જોયું.

સાંજનો સમય...

બીજા એક ભક્તે આવીને તથાગતને અપશબ્દો કહ્યા.

સવારે પુષ્પોથી પૂજાયેલા ભગવાન બુદ્ધ અત્યારે અભદ્ર શબ્દોના બાણની વર્ષા વચ્ચે હતા.

તોપણ ભગવાન એવા જ સ્વસ્થ. પેલો શિષ્ય તો દુ:ખી દુ:ખી. એ સમયે પણ ભગવાનની આંખમાં તો સવારે હતી એવી જ શાંત કરુણા.

શિષ્યને ભગવાનનો આ કરુણાભાવ સમજાયો નહીં.

એણે કહ્યું, 'ગુરુદેવ, સાંજે આવેલા આ માણસના અભદ્ર વ્યવહારે આપને દુ:ખી ના કર્યા? આ માણસ આપને જેમ ફાવે તેમ બોલતો હતો અને મારું મસ્તક તો શરમથી ઝૂકી જતું હતું. બીજી બાજુ એની ઉપર ગુસ્સો પણ આવતો હતો.'

ભગવાન તથાગતે જવાબ આપ્યો, 'વત્સ, આ બધાં માન અને અપમાનનાં બંધનો તોડવા તો સંન્યાસ લીધો છે. સવારે કોઈ બહુમાન કરતું હતું અને સાંજે કોઈ દ્વારા અપમાન થતું હતું. આ બંને પ્રક્રિયા મારા શરીર સાથે થતી હતી. મારો આત્મા તો આ બંને ક્રિયા સમયે એનાથી અસ્પર્શ્ય હતો. એ તો આ બંને ક્રિયાઓને ફક્ત સાક્ષીભાવે નિહાળતો હતો.

આત્માનો આ સાક્ષીભાવ.

એ જ છે સ્થિતપ્રજ્ઞતા.

૧૪. ગમતું મળે તો...

નાનીશી જ્ઞાનસભાનું આયોજન કરાયું હતું.

પોતાની વાત તૈયાર કરી રજૂ કરવા વક્તાશ્રીએ મહેનત પણ ખાસ્સી એવી કરી હતી. એમની અપેક્ષા હતી એનાથી ઘણા ઓછા શ્રોતાઓને જોઈને એમનું મન થોડું નિરાશ થયું.

લોકકલ્યાણની વિપુલ ભાવનાવાળા વક્તાએ વાત શરૂ કરી. હાજર શ્રોતાઓના મનમાં તો હતું કે પ્રવચનકાર જ્ઞાનની એવી ઊંડી વાત કરશે કે એ સમજાવાની જ નથી. અને કદાચ આવા ખ્યાલમાંથી જ વક્તાઓની સંખ્યા ઓછી હતી.

પણ...

પ્રવચનકારે તો પોતાને જે વાત રજૂ કરવી હતી એ એવી રસિક રીતે રજૂ કરવા માંડી કે શ્રોતાઓ એક અદ્‌ભુત રસસમાધિમાં ખોવાઈ ગયા. પોતાની વાતને એક રસિક મોડ ઉપર અટકાવીને વક્તાશ્રીએ એ વાત આવતા રવિવારે આગળ ચલાવવાનું કહ્યું.

બીજો રવિવાર...

વક્તાઓની સંખ્યામાં વધારો... વક્તવ્ય પણ એવા અંદાજથી આગળ વધતું હતું કે શ્રોતાઓ મંત્રમુગ્ધ.

ત્રીજો રવિવાર... હૉલ ખીચોખીચ ભરાયેલો. પોતાના વક્તવ્યની સમાપ્તિ કરતાં પ્રવચનકારે કહ્યું. પોતાની આખી વાતનો મર્મ સમજનારા શ્રોતાઓ હાથ ઊંચો કરે. લગભગ દરેક હાથ ઊંચો હતો.

પ્રવચનકારે પોતાને જે વક્તવ્ય રજૂ કરવું હતું એ જ વક્તવ્ય એમણે શ્રોતાઓને રસ પડે એ રીતે રજૂ કર્યું. જ્ઞાનની ઊંડી વાત એમની રસિક બાનીમાં રજૂ થઈ અને શ્રોતાઓ ખુશ. એકલી પાંડિત્યની વાતો ભાગ્યે જ કોઈને ગમે... ભાગ્યે જ કોઈને પચે.

આ હતી રાજા રામમોહનરાયની જ્ઞાનસભા... જ્યાં એમણે સૌપ્રથમ વિધવા પુનર્લગ્નની ટહેલ નાખી અને સતીપ્રથા નાબૂદ કરવા અવાજ ઉઠાવ્યો.

૧૫. ભૂલને માંડવાળ ખાતે

સુરભી અને સપના ખાસ બહેનપણીઓ.

એક વાર સુરભીને દસ હજાર રૂપિયાની જરૂર પડી.

સપનાએ સહેજ પણ વાર કર્યા વગર કે સુરભીના માગ્યા વગર દસ હજાર રૂપિયા સુરભીને આપી દીધા.

કોઈ કારણસર સુરભી એ પૈસા તાત્કાલિક સપનાને પાછા આપી ન શકી. સુરભીના મનમાં એ વાત ખૂંચ્યા કરતી હતી. એની સપના સાથેની વાતચીતમાં પણ સપના એવો અહેસાસ કરી શકતી હતી એટલે એક દિવસ સપનાએ સુરભીને કહ્યું, 'સુરભી, તું મારી ખાસ મિત્ર છે. કદાચ તારાથી પૈસા પાછા ન આપી શકાય તોપણ મને કંઈ જ વાંધો નથી. એનાથી વધારે... ચાલ અત્યારે જ હું એ પૈસા 'માંડવાળ ખાતે' ગણું છું. હવે તો તું આ વાતનો અફસોસ ન કર.' ત્યારે સુરભીથી બોલી જવાયું. 'ધેટ્સ ગ્રેટ સપના, કાશ જિંદગીના બીજા કોઈ ખાતા માટે પણ તું આવું વલણ અપનાવી શકતી હોત તો ?'

'હું સમજી નહીં, સુરભી, તું શું કહેવા માગે છે ?'

તારી દીકરી રિયા માટે પણ તું આવું ના વિચારી શકે ? મને ખબર છે સપના કે રિયા તારી ખૂબ જ લાડલી દીકરી... તેં એને ખૂબ પ્રેમથી ઉછેરી... હથેળીના ફોલ્લાની જેમ સાચવી અને એણે તને વિશ્વાસમાં લીધા વિના પોતાની જિંદગી પોતાની રીતે વસાવી લીધી.'

'આ બાબતે તું ટેન્શનમાં છું. પરેશાન છું અને દુઃખ તો થાય જ પણ...'

'સપના, જેમ મને આપેલા રૂપિયા તું ગિફ્ટ સમજી ભૂલી જવા તૈયાર થઈ છું એમ જ પોતાની રીતે અલગ દુનિયા વસાવી ચૂકેલી દીકરીને કાં તો માફ કરીને... એની ભૂલને માંડવાળ કરીને ભૂલી ના જઈ શકાય ? અરે, એવું ના થાય તો તારા જીવનમાંથી એને માંડવાળ કરીને તારા પ્રેમાળ પતિને, તારા વ્હાલા દીકરાને સામે રાખીને જિંદગીને આગળ વધારી ન શકાય ?'

અને સપનાના ગળે સુરભીની વાત ઊતરી ગઈ. રિયાની ભૂલને માંડવાળ ખાતે રાખીને સદ્કાર્યમાં જીવનને જોડીને જીવનમાં આગળ વધી ગઈ.

૧૭. માંહ્યલાનો અવાજ સાંભળીશું ખરા ?

અમદાવાદનો અત્યંત ગીચ વિસ્તાર.

રસ્તો માનવીઓની ચહલપહલથી ઊભરાતો.

ગાડીઓના હૉર્ન અને બસોના ખડખડ અવાજ...

માણસને બહેરો બનાવી મૂકે એવો શોરબકોર ચારે કોર હતો.

હું અને મારો એક મિત્ર આવા વાતાવરણમાંથી પસાર થતા હતા. ત્યાં મારો મિત્ર અચાનક ઊભો રહી ગયો. એણે કહ્યું, 'મને ચકલીના બચ્ચાનો ચીં... ચીં... અવાજ સંભળાય છે. લાગે છે જાણે એ મદદ માગતું ના હોય ?'

મેં કહ્યું, 'તું ગાંડો થઈ ગયો છે કે શું ? આટલા બધા કોલાહલમાં એક નાનકડા બચ્ચાનું ચીં... ચીં... ! અને તે તને સંભળાય... શક્ય નથી... ચાલ.'

મિત્ર કહે, 'મને ખાતરી છે... મેં ચકલીના બચ્ચાનો જ અવાજ સાંભળ્યો છે.'

અને એ તો વાહનોની ભીડને ચીરતો બાજુના ફૂટપાથ ઉપરના એક ખખડધજ વૃક્ષ નીચે પહોંચ્યો... થડના એક ખાંચામાં માળામાંથી પડીને અટકી ગયેલું નાનકડું બચ્ચું ચીં... ચીં... કરતું હતું. મિત્રે એને માળામાં સાચવીને ગોઠવી દીધું.

હવે આશ્ચર્યચકિત બનવાનો વારો મારો હતો. મેં કહ્યું, 'યાર, તારી પાસે કોઈ જાદુઈ મશીન છે કે શું ? જે અવાજ કોઈને ના સંભળાય એ તને સંભળાયો કઈ રીતે ?'

'એવું નથી, મારા કાન પણ તારા જેવા જ છે, પણ સાચું તો એ છે કે તમે શું સાંભળવા માગો છો એ મહત્ત્વનું છે !' મિત્રે કહ્યું.

'એવું તો ન જ હોઈ શકે ને ? આટલા બધા ઘોંઘાટમાં ચકલીના બચ્ચાનું ચીં ચીં હું તો કદી સાંભળી ન શકું.' મેં કહ્યું.

'મારી વાત તદ્દન સાચી છે...ચાલ હું તને ખાતરી કરાવું.' મિત્રે કહ્યું.

અને એણે રસ્તામાં ચાલતાં ચાલતાં જ ખિસ્સામાંથી થોડું પરચૂરણ કાઢ્યું અને થોડા સિક્કા રસ્તાની બાજુએ પાડી નાખ્યા અને આશ્ચર્ય.

આટલા ભીડવાળા અવાજ-ઘોંઘાટવાળા રસ્તા ઉપર પણ આજુબાજુ ચાલતા લોકોએ થોડી સેકન્ડ રોકાઈને ચેક કરી લીધું કે પોતાના ખિસ્સામાંથી તો કોઈ સિક્કો પડી નથી ગયો ને ?

'જોયું ને, હવે તો તને ખાતરી થઈ ને ? માણસે જે સાંભળવું હોય તે જરૂર સાંભળી શકે છે.' મિત્રે કહ્યું.

કેટલી સરસ વાત ?

આપણે આપણા માંહ્યલાના અવાજને સાંભળવાનો પ્રયત્ન કર્યો છે ખરો ? આપણે પ્રયત્ન કરીએ અને આપણી એ સાંભળવાની ઈચ્છા હોય તો જરૂર એ અવાજ આપણને સંભળાવાનો છે ?

૧૭. મારા ભાગનું હું ગમે તે કરું તને શું ?

રામુ અને કાળુ બે ભાઈ.

રામુ ભોળો અને કાળુ કાફર.

બે માળનું ઘર, ચાર દૂઝણી ગાય અને નાનું સરખું આંબાવડિયું બાપાના મૃત્યુ સમયે હતું.

બાપાના ગયા પછી આ મિલકતના ભાગ પડ્યા.

રામુ તો બિચારો ભોળો એટલે ભાગ પાડ્યા કાળુએ.

એણે વહેંચણી આમ કરી -

નીચેનું કાદવિયું ઘર રામુનું અને ઉપરનો હમણાં બાંધેલો માળ કાળુનો.

ચારે ગાયનો આગલો ભાગ રામુનો અને પાછલો ભાગ કાળુનો.

આંબાવાડિયાના મૂળનો ભાગ રામુનો અને ઉપરનો ભાગ કાળુનો.

નીચેનું ઘર રામુનું એટલે ફળિયું ચોખ્ખું રાખવાની જવાબદારી રામુની. ગાયને ચરાવવા લઈ જવાની એ પણ રામુએ અને આંબાને ખાતર-પાણી પણ રામુએ જ આપવાનાં.

ઉપરનો ચોખ્ખા હવાપાણીવાળો ભાગ કાળુનો... ગાયોના દૂધ કાઢવાનો આંચળવાળો ભાગ કાળુનો... આંબાનો ઉપરનો ભાગ... એટલે કેરી પણ કાળુની...

બિચારો ભોળો રામુ મજૂરી કરે અને છતાં ભૂખે મરે.

ગામના મુખીને આ વાતની ખબર પડી. એમણે કહ્યું આ ભાગ ખોટા છે, પણ કાળુ કાયદાનો સાથ લઈ રામુને દબડાવે.

સીધી આંગળીએ ઘી ન નીકળે એવું સમજતા મુખીએ પછી રામુને કેટલીક યુક્તિ બતાવી.

જ્યારે કાળુ ગાયનું દૂધ કાઢવા આવે ત્યારે રામુએ ગાયના શીંગડા ઉપર લાકડી ફટકારવાની. રામુભાઈએ મુખીની સૂચના પ્રમાણે કર્યું. ગાય ભડકી. દૂધ ઢોળાઈ ગયું અને કાળુ બગડ્યો ત્યારે રામુનો નાનકડો જવાબ : 'મારા ભાગનું હું ગમે તે કરું, તને શું ?'

એ જ રીતે જ્યારે કાળુ કેરી લેવા આંબાના ઝાડ ઉપર ચડ્યો ત્યારે

રામુએ થડ ઉપર કુહાડાના ઘા કર્યા.

કાળુ ફરી ભડક્યો... બગડ્યો... રામુનો એ જ જવાબ.

'મારા ભાગનું હું ગમે તે કરું તને શું ?'

અને મકાનમાં નીચલી ભીંતે રામુએ જ્યારે હથોડા મારવા માંડ્યા ત્યારે તો કાળુ પગે જ પડી ગયો. 'ભાઈ... તું આ શું કરે છે... તું તો ભારે જબરો...' અને રામુનો એ જ જવાબ... 'મારા ભાગનું હું ગમે તે કરું, તને શું ?'

અને કાળુ સુધરી ગયો.

ભાઈને સરખો ભાગ આપી દીધો.

સજ્જનની સજ્જનતાને ક્યારેય પડકારવી નહીં. નહીં તો કાળુ જેવા હાલ થાય.

૧૮. આવી હતી પ્રામાણિકતા

મોતીશા શેઠ...

દુનિયાભરમાં એમનો વેપાર ચાલે. તેમનાં વહાણો આખી દુનિયાના દરિયા ખૂંદી વળે. શત્રુંજય પર્વત ઉપર એમણે બનાવેલી ટૂંક આજે પણ એમની દાનશીલતાની શાખ પૂરતી ઊભી છે.

મોતીશાના પુત્ર ખીમચંદભાઈ.

કોઈ કારણસર એમને અચાનક વેપારમાં મોટું નુકસાન ગયું.

તેમની પેઢી કાચી પડી.

એ સમયે દેશ હજી સ્વતંત્ર નહોતો થયો.

અંગ્રેજો આપણી ઉપર શાસન કરે.

એ સમયની અંગ્રેજ સરકાર પાસે ખીમચંદભાઈનો કેસ પહોંચ્યો. સરકારે એમની પાસે બધી જ સંપત્તિનો હિસાબ માગ્યો.

કેટલાક 'ડાહ્યા' માણસોએ એમને સલાહ આપી : 'જો જો, બધી સંપત્તિ બતાવી દેતા નહીં. એવું થશે પછી તો આ સરકાર તમને ક્યાંયના નહીં રહેવા દે.'

પરંતુ ખીમચંદભાઈ જેનું નામ... ! મોતીશાનું લોહી એમની રગોમાં વહે... ! એ એવી સલાહ માને ખરા ?

ખીચમંદભાઈએ તો પોતાની સંપત્તિની ઝીણામાં ઝીણી વિગત સરકાર સમક્ષ રજૂ કરી દીધી. અંગ્રેજ ન્યાયમૂર્તિ પણ આશ્ચર્યચકિત.

એ પણ બોલી ઊઠ્યા, 'આવો પ્રામાણિક વેપારી મેં મારી જિંદગીમાં જોયો નથી.'

પોતાની સંપત્તિની બધી વિગત આપીને ઘેર પહોંચેલા ખીમંચદભાઈનો હાથ કાન પાસે ગયો અને યાદ આવ્યું કે કાનમાં પહેરેલી વાળી જેમાં પણ હીરા, મોતી જડેલા છે એ તો નોંધાવવાની રહી જ ગઈ. 'એ સાથે જ પાછા વળેલા તેઓ ન્યાયમૂર્તિ પાસે પહોંચ્યા. માફી માગી અને વાળીની વિગત નોંધાવી.

આવા હતા ખીમચંદભાઈ ! પિતા હોય તો મોતીશા જેવા અને પુત્ર હોય તો ખીમચંદભાઈ જેવા... !

૧૯. આયુષી

તેર વર્ષની આયુષીમાં કોઈ પણ વાતને જાણવાનું કુતૂહલ ખૂબ.

દરેક ઘટનાને જાણતાં... મૂલવતાં એના મનમાં પ્રશ્નો ઊઠે.

ખાસ તો જ્યાં નિયમ જેવું દેખાય ત્યાં એના મનમાં વિદ્રોહના નાના નાના બૉમ્બ ફૂટે.

સૂરજ પૂર્વમાંથી જ કેમ ઊગે ?

૨૪ કલાકનો જ દિવસ કેમ ?

સાઈઠ સેકન્ડની જ મિનિટ કેમ ?

ગુજરાતીના વર્ગમાં જોડણીનો વિષય આવ્યો અને ભટ્ટસાહેબે હ્રસ્વ ઉ અને દીર્ઘ ઊનો ઉચ્ચારણભેદ સમજાવ્યો. ત્યારે ભટ્ટસાહેબના ઉચ્ચારણમાં એ ભેદ એને ના પરખાયો. એટલે તરત મનમાં લવિંગિયો પ્રશ્ન ઊઠ્યો, 'આમ કેમ ?' સંગીતના વર્ગમાં ગાતી વખતે તેના ઉચ્ચારણમાં હ્રસ્વ-દીર્ઘ ઉચ્ચારણનો તફાવત ના આવ્યો ત્યારે શિક્ષિકાએ કહ્યું, 'દીર્ઘ 'ઊ'નો ઉચ્ચાર બરોબર કર તો જ ગીત સૂરમાં આવશે.' આયુષી વિચાર કરે 'આવું કેમ ?'

શ્રુતલેખનના તાસમાં દસમાંથી ત્રણ ખોટા પડ્યા ત્યારે પહેલી વખત તે પોતાની મિત્ર માહીથી પાછળ પડી અને તેણે નક્કી કર્યું, 'હવે ધ્યાનથી વાંચીશ અને સાંભળીશ.' બીજા અઠવાડિયે માહીની સાથે હતી અને ત્રીજા અઠવાડિયે એનાથી આગળ.

બંનેને વક્તૃત્વ સ્પર્ધામાં ભાગ લેવાની તક મળી.

ભટ્ટસાહેબ રાજી હતા. એમના અન્ય સાથી શિક્ષકને કહેતા હતા, 'આ વખતે જિલ્લાસ્પર્ધામાં વિજય આપણો જ છે.' આયુષી અને માહી બંનેએ વક્તૃત્વ સ્પર્ધામાં ઇનામ મેળવી સ્કૂલનું ગૌરવ વધાર્યું હતું.

આયુષીએ નક્કી કર્યું હતું, જીવનની કોઈ પણ વાત ધ્યાનથી સાંભળીશ અને યોગ્ય રીતે પાર પાડીશ. આજે દસ વર્ષ બાદ તે ટી.વી. ન્યૂઝ રીડર છે.

નિષ્ફળ લોકો જ્યાં જવાબ ના મળે ત્યાં અટકે છે. અથવા સગવડિયો રસ્તો શોધે છે.

સફળ લોકો જવાબ મેળવે છે અને આગળ વધે છે.

૨૦. પદનું અભિમાન નહીં

એક સેવા-સંસ્થાનના પ્રમુખ.

પ્રમુખપદનું એમને ભારે અભિમાન.

પોતાના સિવાયના અન્ય સૌ સાથે તોછડાઈથી વર્તે.

બધાને એક જ લાકડીએ હાંકે.

સેવા-સંસ્થાનમાં એમનું માન જાળવવા સૌ કાર્યકરો ચૂપચાપ આ બધું સહે... વેઠે.

બન્યું એવું કે એક વખત સંસ્થા માટે કામ કરતા એક ભાઈએ તેમને પૂછ્યા વિના સંસ્થાના નામે બીજી સંસ્થાને શુભેચ્છા પાઠવી દીધી.

અને પ્રમુખસાહેબ તો ગુસ્સામાં લાલમ લાલ...

બીજા એક સભ્ય આગળ પોતાનો ગુસ્સો ઠાલવતાં બોલ્યા, 'મને પૂછ્યા વિના કયા અધિકારે એમણે સંસ્થાનું નામ વાપર્યું ?' અને એ ભાઈ વિશે એલફેલ બોલ્યા.

વાતનું વતેસર થતાં તો આ જમાનામાં વાર જ ક્યાં લાગે છે ?

પ્રમુખે પેલા ભાઈ વિશે કહેલી વાત ટેલિફોનિક ટોક બનીને ઘણા બધા ઠેકાણે પહોંચી ગઈ.

પેલા ભાઈ પાસે પણ વાત પહોંચી. એક હિતેચ્છુએ એ ભાઈને કહ્યું, 'તમારા વિશે આવું ઘસાતું બોલે એ તો ચલાવી જ ના લેવાય. એમની પાસે માફી મંગાવો. એમને પ્રમુખ તરીકે કાઢી મૂકો.'

પણ જેમને મન સંસ્થાનું હિત જ મુખ્ય હતું એ ભાઈ કહે, 'એમણે જાતે જ સમજવું જોઈએ કે કોઈ પણ સેવા સંસ્થાનમાં પદ સેવા કરવા માટે હોય છે. 'મને પૂછ્યા વિના' એવો પદનો અહંકાર યોગ્ય નથી.'

સેવા સંસ્થાનના પ્રમુખ આટલું સમજ્યા હોય તો ?

એમને મળેલું પ્રમુખપદ સેવા માટે છે, નહીં કે એમના અભિમાનને પોષવા.

૨૧. બાનો શો જવાબ હશે ?

માલાએ પતિના મૃત્યુ બાદ પાંચ છોકરાંને ઉછેરવામાં જાત ઘસી નાખી.

બધાં છોકરાં ઠેકાણે પડી ગયાં, પણ હવે કોઈ એને પોતાની સાથે રાખવા તૈયાર નથી.

બધાના સારામાઠા સમયે જાત ઘસનારી મા બોંત્તેર વર્ષે એકલી હતી.

દુનિયા આખીનો સામનો કરીને એકલે હાથે ખૂબ દુઃખ વેઠીને છોકરાંને સાચવ્યાં પણ હવે કોઈ એને સાચવવા તૈયાર નથી. આજે ઘરમાં એકલી રહે છે. એને યાદ આવે છે કે એનો પતિ હંમેશ કહેતો : 'છોકરાંની બહુ માયા ન કરીશ... છેવટે કોઈ તારું નહીં થાય.' પણ એણે ક્યાં પતિની એવી વાતોને માની હતી ? આજે એને થયું પતિ કેટલો સાચો હતો ?

દુઃખી જીવન ગાળતી માલાના જીવનમાં એકાએક ચમત્કાર થયો.

સોનાના ભાવમાં ખૂબ ઉછાળો આવ્યો.

અને મકાનના ભાવ તો સાતમા આસમાને પહોંચ્યા.

માજીએ વાતો બદલી.

વીલ બદલ્યું.

એક નવી કૉલમ વીલમાં ઉમેરી, 'મારી સેવા મારા ઘરમાં રહીને જે કરશે તેને મકાન અને કૌટુંબિક દાગીનો મળશે.'

અત્યાર સુધી જે માજીની સામે પણ જોતા નહોતાં તે સૌ બા-બા કરવા લાગ્યા.

પાણી માગે ને દૂધ ધરવા લાગ્યા.

માલા હવે લાગણીઓની મારી નહોતીં પણ દલ્લાને વાપર્યા વિના દલ્લાને દેખાડી દેખાડી સૌને શબ્દોની લપડાક લગાવતી હતી.

'હવે કેટલું જીવવાનાં ?'

'બા, તારી વહાલી વહુ હું ને ?'

પાંચેય એકલી પડેલ બાને પૂછતી...

પણ બા...??

તમે જ કહો બાનો શો જવાબ હશે ?

૨૨. ઘરડાં ગાડાં વાળે

પ્રકાશ પચ્ચીસનો અને દીપા ત્રેવીસની.

એમનું લગ્ન નક્કી થયું.

પ્રકાશને માતા-પિતા નહોતાં.

ચોપ્પન વર્ષના નકુલરાય આમ તો પ્રકાશના કાકા પણ સ્વભાવે જરા કચકચિયા. જ્યાં ત્યાં વાંધો કાઢ્યા કરે તેથી પ્રકાશના મિત્રોએ અને પ્રકાશે નક્કી કરેલું કે જાનમાં એમને નહીં લઈ જવાના.

નકુલરાય કહે હું તો જવાનો... હું કંઈ નહીં બોલું. ફક્ત મને જ્યાં બોલવા જેવું લાગશે ત્યાં પ્રકાશને કહીશ.

જાનમાં ગણ્યાગાંઠ્યા જ માણસો. એમાં નકુલરાય એકલા જ વૃદ્ધ. બાકીના બધા જુવાનિયા.

જાન વેવાઈને માંડવે પહોંચી ત્યારે એમને યોગ્ય આદરસત્કાર ન મળવાથી મિત્રોમાં ચણભણ શરૂ થઈ. કો'ક મિત્ર મજાક કરતાં કરતાં દીપાની નાની બેન વિશે ઘસાતું બોલ્યો અને વાત વટે ચઢી ગઈ. દીપાના સગા તું- તું મેં-મેં પર આવી ગયાં. લગ્ન શરૂ થતાં પહેલાં વીલા મોઢે કન્યા લીધા વિના પાછું આવવું પડે એવી સ્થિતિ પેદા થઈ.

પ્રકાશ મૂંઝાઈ ગયો.

એ વખતે એની વહારે ધાયા નકુલકાકા. એમણે પ્રકાશને બોલાવીને કહ્યું, 'જો પેલો દીપાનો સગો બહુ ડાહ્યો થાય છે તેને મારી પાસે બોલાવી લાવ. હું કંઈક કહું છું.'

નકુલકાકાને મળવા આવ્યો ત્યારે પેલા સગાનો પારો સાતમે આસમાને હતો. નકુલકાકાને જેમ તેમ બોલી નાખવાનો એનો નિર્ધાર હતો. દીપાના પપ્પા પણ એની સાથે હતા.

નકુલકાકાએ ઘાંટો પાડીને પેલા સગાને કહ્યું, 'કેમ તમારે પ્રકાશની બોટેલી દીપાને તેના પૈસા માટે લેવી છે ને ?' હવે ચમકવાનો વારો પેલા સગાનો હતો, 'શું ? બોટેલી ? એટલે ?'

નકુલકાકાએ કહ્યું, 'બોટેલી એટલે મારો પ્રકાશ અને દીપા તો ખાલી સર્ટિફિકેટ લગાડવા પરણે છે... પણ તમે ? અલ્યા સમજો હવે... મહિના

શરૂ થવાના હતા એટલે તો આમ તાબડતોબ... બોલો, હું પ્રકાશને પાછો લઈ જાઉં ?'

એક વાક્યમાં વચોટિયા વડીલ આઉટ થૈ ગયા.

અને દીપાના પપ્પા તો નકુલકાકાના પગે પડી ગયા.

માંડવિયાની દાદાગીરી તો બાજુએ રહી ગઈ. લગ્ન થઈ ગયા બાદ પાછી વળેલી જાનમાં નકુલકાકા હીરો હતા.

પ્રકાશ કહે : 'કાકા, તમે તીર તો જબરું માર્યું.'

નકુલકાકા કહે : 'વર-કન્યા રાજી તો આ વચોટિયાને ઉડાડવા કંઈક ભારે સૂપડું મારવું પડે... પેલા વચોટિયાને દીપાનાં મા-બાપ પાસે રહેલો પૈસો દેખાતો હતો. અહીં તૂટે તો દીપાને અને તેનાં મા-બાપને ગરજે એમની વાત સાંભળવી પડે એ હું સમજી ગયેલો... એટલે આવું સૂપડું માર્યું. તમે બંને તો સારા અને સંસ્કારી છોકરાં છો... પણ જો આવું ના ચલાવીએ તો જાન ખાલી હાથે પાછી આવે.'

પ્રકાશને થયું જો કાકાને ઘરે મૂકીને આવ્યો હોત તો ?

કોઈએ સાચું જ કહ્યું છે : 'ઘરડાં વિના ગાડાં કોણ વાળે ?'

૨૩. પૈસા કામની કુશળતાના

એક ફૅક્ટરીમાં કોઈ એક યંત્ર ખોટકાઈ ગયું.

યંત્ર ચાલતું ન હોવાથી કાચા માલનો ભરાવો થવા માંડ્યો. માલ તૈયાર કરાવવામાં વિટંબણા ઊભી થઈ. એટલે ફૅક્ટરીને લાખો રૂપિયાનું નુકસાન થવા માંડ્યું.

ફૅક્ટરીમાં જે જાણકાર એન્જિનિયરો હતા એ પણ ખામીને શોધી ન શક્યા. આખરે થાકીને યંત્ર બનાવતી કંપનીને વિનંતી કરી કે તેઓ પોતાનો સર્વિસ ચાર્જ લઈને પણ અહીં માણસ મોકલીને મશીન ચાલુ થાય એવું કરે.

કંપની વિલાયતમાં હતી. ત્યાંથી સંદેશો આવ્યો કે અહીંથી કોઈને મોકલવાને બદલે મુંબઈમાં જ આ મશીનને રિપેર કરનાર એન્જિનિયર છે તેને યંત્ર જોવા દો... ખામી શોધવા દો.

મુંબઈના એ કુશળ મિકેનિકનું નામ હતું માનસિંગ સગર. તાબડતોબ માનસિંગ સગરને તેડું મોકલાયું.

તેમણે કહ્યું કે પોતે કલાકના દસ હજાર રૂપિયા ચાર્જ કરશે અને એક દિવસમાં યંત્ર ચાલુ કરી આપશે. ભાવતાલ કરવાનું મૅનેજમેન્ટને પોસાય એમ નહોતું.

માનસિંગે આવીને યંત્રને ચકાસ્યું.

કંપનીના માણસ પાસે એક હથોડો માંગ્યો.

એક જગ્યાએ એ હઠોડો માર્યો અને યંત્ર ચાલુ... !

દસ હજાર રૂપિયા ચૂકવતી વખતે ફૅક્ટરીનો માલિક થોડું કચવાતો હતો ત્યારે માનસિંગે તેને કહ્યું, 'હથોડો મારવાનો તો ફક્ત એક રૂપિયો છે, પણ હથોડો ક્યાં મારવો તેની કુશળતાના ૯૯૯૯ રૂપિયા લીધા છે.'

૨૪. ઈશાની વીજળી

હોશિયાર વેપારી કોણ ?

જે પોતે કરતો હોય એ વ્યાપારમાં ઓછા જોખમે વધુ નફો રળે તે…

રતનચંદ વાણિયો…

તાલુકાના ગામેથી ઠંડાઈ, આઈસ્ક્રીમ અને કુલફી લાવી પોતાના નાનકડા ગામમાં વેચે.

ગરમીની સિઝનમાં એનો વેપાર ખૂબ સારો ચાલે.

આજે પણ કાળઝરતી ગરમી હતી અને રતનચંદ તાલુકાના ગામેથી પોતાની દુકાન માટે આઈસક્રીમ વિગેરે લેવા દુકાનદાર પાસે પહોંચ્યો.

ખરીદીનું લિસ્ટ વેપારીને લખાવતો હતો, ત્યાં જ વાતાવરણમાં ઓચિંતો પલટો આવ્યો… જેમ કોઈ ગામમાં ઓચિંતા જ બુકાની બાંધીને બહારવટિયા તૂટી પડે એમ ચારે કોર કાળાંડિબાંગ વાદળો આકાશમાં ઊમટી પડ્યાં. ઈશાન દિશામાં વીજળી તલવારની ધારની જેમ ઝબૂકવા લાગી.

આ જોઈને રતનચંદ શેઠે લાગલું આઈસક્રીમવાળા વેપારીને કહ્યું, ‘ભાઈ, તું આઈસક્રીમ વગેરે આપવાનું માંડી વાળ… આજે મારે કંઈ લઈ જવું નથી. હું તો હવે ઝડપથી ઘર ભેગો થવા માગું છું.’

આઈસક્રીમવાળાને દર વખતે રતનચંદ પાસેથી આ વેપારમાં રૂ. ૫૦૦ રોકડાનો વકરો થતો. વકરાની ક્ષણે જ સોદો કેન્સલ થઈ જાય એ એનાથી કેવી રીતે વેઠાય ? એણે રતનચંદ ખરીદી કરે એ માટે લાલચ આપવા માંડી. ‘અરે શેઠ… આવું કાં કરો ? જુઓ… જુઓ, આ કાકી માટે રોઝના શરબતનો બાટલો તમારી ખરીદી સાથે ફ્રી મૂક્યો છે અને આ પડીકું તૈયાર પણ થઈ ગયું છે… એટલામાં તમે માંડવાળ કરીને જવાની વાત કેમ કરો છો ?’

રતનચંદે કહ્યું, ‘ભાઈ, ઈશાની ઝબકી અને એ વરસે તે પહેલાં મારે ઘેર પૂગી જવું જોઈએ…’ શેઠને ખબર હતી કે ઈશાને ઝબકતી વીજળી અને ઠંડો પવન વરસાદની પાક્કી એંધાણી… આવા વાતાવરણમાં એની ઠંડાઈ વસ્તુઓ ક્યાંથી ઊપડે ? અને નુકસાન રોકો એ જ કમાણી છે એની એને ખબર એટલે હોશિયાર વેપારીએ તરત જ નિર્ણય લઈ લીધો.

૨૫. નીતિમત્તાની કિંમત

એક રાજા...

વેશપલટો કરી નગરચર્યાએ નીકળેલા.

એમના નગરમાં શેઠ ધર્માધિકારીની પેઢી ખૂબ જાણીતી.

નીતિમત્તા સંદર્ભે સૌ એનું ઉદાહરણ ટાંકે.

રાજા ત્યાં પહોંચ્યા અને ત્યાં જઈ અનુચિત ભાવે ગુમાસ્તા પાસે વસ્તુ માગી.

ગુમાસ્તાએ હાથ જોડી કહ્યું, 'તમારા માંગેલ ભાવે હું માલ નહીં આપી શકું.'

રાજાએ કહ્યું, 'તમારા શેઠને જાણ ના થાય એ રીતે ઉપલક માલ આપો... એમાં તમને શો વાંધો છો ?'

ગુમાસ્તાએ કહ્યું, 'શેઠ મને પૂરા પૈસા પગાર પેટે આપે છે. પછી મારે અનીતિ આચરીને શેઠના અને ઉપરવાળાના ગુનેગાર શા માટે બનવું ? હું આપને એ રીતે માલ નહીં આપું.'

રાજા ત્યાંથી નીકળીને એ જ બજારમાં બીજી દુકાને પહોંચ્યા. ત્યાં ગુમાસ્તાની સાથે એ જ રીતે વાત કરી. એ દુકાનના ગુમાસ્તાએ એમને સાંજે આવવાનું કહ્યું.

કલ્પના કરો સાંજે એ બીજી દુકાને કોની પધરામણી થઈ હશે ?

શેઠ ધર્માધિકારીની પેઢી વર્ષોથી ચાલે છે.

જ્યારે બીજી પેઢી જેવા વેપારીઓની દુકાનો બિલાડીના ટોપની જેમ ખૂલે છે અને થોડા સમયમાં બંધ થઈ જાય છે.

વેપારી જાણે છે કે ગ્રાહક સાથે નીતિમત્તાથી વેપાર કરાય તો જ એ ગ્રાહક વિશ્વાસપૂર્વક એને ત્યાં વારંવાર આવશે. નહીં તો...?

૨૬. જબાનની કિંમત

હૈદરાબાદનો શેર બ્રોકર

અન્ના એનું નામ.

એક ફાર્માસ્યુટિકલ કંપની વતી શેરની લે-વેચ કરે.

કોઈક નબળી ક્ષણે શરતચૂકને કારણે એક મોટો સોદો ગળે ભરાઈ પડ્યો. લેનાર કંપની હટી ગઈ અને બધા શેરોને ખરીદવા જરૂરી પૈસા હતા નહીં. વળી એક ટકાની દલાલી માટે સો ટકા મૂડી રોકાય કેવી રીતે ?

એ સમયે અન્નાની વાત આટલી હતી : 'આ બજારમાં જબાનની કિંમત છે. વેચાઈ જવું પડશે તો વેચાઈ જઈશ પણ સોદો તો પાર પાડીશ...'

વીસ લાખની ખરીદી અને એક સામટો માલ આવી પડે તો તકલીફ. પણ અન્નાનો નિરધાર પાકો તેથી જેટલા લેણદારો હતા એ સૌને કહ્યું, 'કંપની ફરી ગઈ છે પણ હું માલ ઉતારીશ... મને સમય આપો...' કહેનારાઓએ કહ્યું, 'અન્ના, તું મૂર્ખ છે... કંપની ફરી ગઈ તો તું પણ ફેરવી તોળને ?'

અન્નાની વાત આટલી હતી કે કસોટી સોનાની થાય, કથીરની નહીં. જેમ જેમ સમય વીતતો ગયો તેમ તેમ જેમણે ખાલી કરવા ખાતર સોદા કર્યા હતા એ બધા તૂટતા ગયા અને પાકા નિર્ધારવાળો અન્ના વીસ લાખના લેણને ટુકડે ટુકડે ઉતારતો ગયો અને જ્યાં વીસ લાખનું વલણ પૂરું થયું ત્યાં અન્નાની છાપ સાચા બ્રોકર તરીકે... છાતીવાળા માણસ તરીકે ઉપસી આવી. ભાવફેર અને તારવણીથી ચાર લાખ જેટલો નફો બહાર ઊતર્યો.

હૈદરાબાદમાં હજી આજે પણ એ ફાર્માસ્યુટિકલ કંપની બદનામ છે. ડીલિસ્ટ થઈ જતી બચી છે. જ્યારે અન્ના ઝળહળતો સિતારો છે. એનું ઉદાહરણ લેવાય છે.

૨૭. હિસાબો જીવ્યાના...

રમાબહેન અને વાચા...

સાસુ-વહુ બંને...

એક વાર રમાબહેન કથામાં ગયાં.

કથાકાર ત્યારે એક વાત કરતા હતા : 'દરેક માણસે પોતાનાં કાર્યોનું સરવૈયું કાઢવું જોઈએ... દિવસ દરમિયાન કોની પાસે કેટલી સેવા લીધી... કોને કેટલી મદદ કરી... એમાંથી જ થાય છે હિસાબો જીવ્યાના... અને સમજાય છે પોતાની અધૂરપ.

રમાબેનને આ વાત સ્પર્શી ગઈ. એમણે નક્કી કર્યું કે આજના દિવસમાં બીજા પાસેથી કેટલી સેવા લીધી અને બીજાને કેટલી મદદ કરી એનો હિસાબ કાઢી જોઉં.

એક કાગળ લઈ 'સેવાઓ લીધી'નું લિસ્ટ બનાવાયું. (૧) સવારે વાચા પાસે ચા મુકાવી. (૨) કામવાળી પાસે નાહવાનું ગરમ પાણી મૂકાવ્યું. (૩) ડ્રાઈવરની મંદિર જવા સેવા લીધી. (૪) શાકભાજીવાળા પાસેથી ધાણા મફત પડાવ્યા. (૫) બપોરે અને સાંજે વાચા પાસે ભોજન પીરસાવ્યું અને દવાઓ માગી. (૬) દીકરાને વહેલો બોલાવ્યો જેથી મંદિર લઈ જાય. બીજી બાજુ 'સેવાઓ આપી'નું લિસ્ટ બનાવ્યું. (૧) છોકરાને સવારે નવરાવ્યો અને રાત્રે વાર્તા કહી સુવડાવ્યો. આખા દિવસને અંતે સરવૈયું કાઢ્યું તો શું જણાયું ? 'સેવા લીધા'નું કૉલમ ઘણું લાંબું અને 'સેવા દીધા'માં ?

સાંજે વાચા પગ દબાવવા આવી ત્યારે મન ચકરાવે ચડ્યું... થયું... હું આટલા બધાની સેવા લઉં છું... સેવા આપવાનું કેમ નથી સૂઝતું ? જે પૈસા લઈને સેવા કરે છે એને પ્રેમના બે મીઠા બોલ તો કહેવાય ને ? ક્યારેક ચા કે નાસ્તાનું પણ પુછાય ને ? અને વાચા તો ઘરનું માણસ... એને રૂપિયા ન આપવાના હોય... પણ સારા-માઠા પ્રસંગે હૂંફ તો અપાય ને ? એની આંતરડી ઠરે એવા આશીર્વાદ પણ આપી શકાય ને ?

અને રમાબેન સમજ્યાં - જીભે મીઠાશ... રસોડે મોકળાશ અને સાચી સમજ સાથે આશીર્વાદ... આટલું તો કરવું જ જોઈએ જીવનમાં !

૨૮. જે મોટો મનોરથ બાંધે ને મથે...

એક નગર હતું.

ત્યાંના રાજાએ ઢંઢેરો પિટાવ્યો : 'આવતી કાલે સવારે છ વાગ્યે રાજાના મહેલમાં જે પોતાનું વાસણ લઈને આવશે એ વાસણ ભરીને રાજા તેનું બહુમાન કરશે... બરાબર છ વાગ્યે મહેલનું બારણું અંદર જવા ખૂલશે અને છ ને દસે બંધ થશે. બહાર નીકળવા નવ વાગ્યે ખુલશે અને નવ ને દસે બંધ થશે.

રાજાના આ ઢંઢેરાએ પ્રજાના વિવિધ વર્ગમાં વિવિધ પ્રતિભાવો જગાડ્યા.

જે રાજાને પોતાના ભગવાન માનતો હતો તે મોટા વાસણ અને ગાડાં લઈને ગયો. જેમને એવું હતું કે રાજાનું ફરમાન હોય એટલે જવું પડે એ નાના વાસણ સાથે ગયા. જ્યારે કેટલાકને મન આ ઢંઢેરો 'રાજા-વાજાં ને વાંદરાં' જેવો હતો. તેઓ ખાલી હાથે 'શું થાય છે.' એવો તમાશો જોવા ગયા... તો કેટલાક ગયા જ નહીં. ઢંઢેરા પ્રમાણે છ ને દસે મહેલનાં બારણાં બંધ થયાં અને નવ વાગ્યે ખૂલ્યાં.

જે ગાડું લઈને ગયા હતા એ ગાડું ભરીને રાજ્યસંપત્તિનો હિસ્સો લઈને નીકળ્યા... જે નાનાં-મોટાં વાસણ લઈને ગયા હતા તેઓને તેમના વાસણ પ્રમાણે મળ્યું. જેઓ ખાલી તમાશો જોવાના ઈરાદા સાથે ખાલી હાથે ગયા હતા એ એમના ખોબા અને ગજવાં ભરાય એટલું લઈ આવ્યા. અને આ બધાને ભરેલા હાથે જતા જોઈને જે ગયા નહોતા તે પસ્તાતા હતા.

ઈચ્છાઓનું પણ આના જેવું છે...

જે મોટો મનોરથ બાંધે અને મથે તેને વધારે મળે અને જે દરેક વાતમાં પાણીમાંથી પોરા કાઢે એને પછી જિંદગીભર પસ્તાવાનો વારો આવે.

૨૯. અક્ષરનો સંદેશ

વિષ્ણુપ્રસાદ ભટ્ટ ગુજરાતીના અધ્યાપક.

એક વાર એમને અંગ્રેજીના વર્ગને એન્ગેજ રાખવાની જવાબદારી મળી. એમણે વિદ્યાર્થીઓનો સમય સારી રીતે પસાર થાય અને સાથે સાથે તેઓ કંઈક નવું શીખે એવી અપેક્ષાથી વર્ગના વિદ્યાર્થીઓને બે ભાગમાં વહેંચ્યા. શબ્દાક્ષરીની રમત અંગ્રેજીમાં વિદ્યાર્થીઓને રમાડવાનું નક્કી કર્યું. શબ્દાક્ષરીની આ રમતમાં એમણે પોતાના તરફથી એક નિયમ ઉમેર્યો. જે શબ્દ બોલાય એનો ગુજરાતીમાં અનુવાદ પણ કરવાનો. આમ અંગ્રેજી શબ્દો અંત્યાક્ષરીની જેમ રમવાના અને ગુજરાતીમાં એનો અર્થ પણ કહેવાનો.

બે ટીમના બે નેતા.

અક્ષર ઉપાધ્યાક્ષ અને શબ્દ જાડેજા. એ બંને શબ્દો કહે.

શબ્દ જાડેજાને એ વાતની ખબર હતી કે જે શબ્દોને અંતે 'વાય' આવતો હોય તેવા શબ્દો શોધવાનું અક્ષર ઉપાધ્યાયને ઓછું ફાવે છે... એટલે પોતાની ટીમને જિતાડવી હોય તો 'વાય' અંતે આવતો હોય એવા શબ્દો અક્ષર ઉપાધ્યાય તથા એની ટીમને વધારે પૂછવા.

અંત્યાક્ષરી શરૂ થઈ. શબ્દ જાડેજાએ અંતે 'વાય' આવતો હોય એવા શબ્દો અક્ષરને અને એની ટીમને પૂછવા માંડ્યા. અક્ષરે નક્કી કર્યું હતું કે ભલે ગમે તેટલી તકલીફ પડે પણ આજે શબ્દ જાડેજાને હરાવવો જ રહ્યો. રમત રસદાર બનતાં બનતાં છેલ્લી પાંચ મિનિટ બાકી રહી અને અક્ષર સામે અંત્યાક્ષરીમાં 'વાય' આવ્યો. શબ્દ શોધાયો 'you' એટલે 'તું...' ફરી પ્રયત્નપૂર્વક શબ્દ દ્વારા 'વાય' આવ્યો. એટલે અક્ષરે ફરી કહ્યું, 'you' એટલે 'તમે'. સામેવાળી ટીમમાં વિરોધ આવ્યો, પણ અર્થ બદલાતો હતો એટલે ચાલ્યો. ફરી 'વાય' આવ્યો અને શબ્દ બન્યો 'your' એટલે 'તમારો.' ફરી 'વાય' અને શબ્દ બન્યો 'your' 'તમારી' શબ્દ ફરી ઝનૂને ચઢી 'વાય' લાવ્યો અને અક્ષર ઉપાધ્યાયે બનાવ્યો 'your's' એટલે 'તમારું' સૌ સ્તબ્ધ બન્યા. રીપીટનો વિરોધ ન ચાલ્યો. સમય પૂરો થયો.

અક્ષર ઉપાધ્યાયની ટીમની જીત.

અક્ષરનો સંદેશ હતો. અડગ મનના મુસાફરને હિમાલય પણ નથી નડતો.

૩૦. મથુર શીખવે છે...

મથુર હજી હમણાં દસમું ધોરણ પાસ થયો.

ઘર ચલાવવાની જવાબદારી માથે હતી એટલે એક ઑફિસમાં પટાવાળા તરીકે નોકરીએ જોડાયો.

સાહેબની કેબિનમાંથી બેલ વાગ્યો નથી ને તે પહોંચી જાય. એક પળનાય વિલંબ વિના... સાહેબ જે કામ સૂચવે એ કામ તરત થઈ જાય.

શનિવારનો દિવસ હતો. આમ તો ઑફિસ બે વાગ્યે બંધ કરવાની હોય, પણ સાહેબ કોઈ અગત્યના કામમાં વ્યસ્ત હતા એટલે ઘડિયાળ તરફ એમનું ધ્યાન જ નહીં. છના ટકોરા થયા અને કંઈ કામ યાદ આવ્યું એટલે બહાર આવ્યા તો મથુર ત્યાં સ્ટૂલ ઉપર બેઠેલો.

સાહેબ કહે, 'અલ્યા મથુર ! તું હજી અહીં છે ?'

'જી સાહેબ ! આપ ઑફિસમાં હો ત્યાં સુધી મારાથી ના જવાય.' મથુરે કહ્યું.

'પણ ભલા માણસ, બે વાગ્યા પછી હું તને કેવી રીતે રોકવાનો હતો ?'

મથુર કહે, 'મારા બાપુએ કહ્યું છે કે સાહેબ જાય પછી ઑફિસ વધાવીને પછી જ મારાથી નીકળાય.'

પછી તો સાહેબને એની તરફ એવો લગાવ થઈ ગયો કે એને નોકરી કરતાં કરતાં ભણાવ્યો... એમની જ ઑફિસમાં ક્લાર્કની પોસ્ટ અપાવી અને મથુર પોતાની કામની નિષ્ઠા, કુશળતા વગેરેને કારણે એ જ ઑફિસમાં વરિષ્ઠ અધિકારીના પદ સુધી પહોંચ્યો.

કામ તરફની નિષ્ઠા, કામ પ્રત્યેની કુશળતા અને કરેલા કામનું ગાણું નહીં ગાવાની વૃત્તિ... આ બધું માણસને જીવનમાં હંમેશ સફળતાની સીડીએ ચડાવે છે.

નાનકડો મથુર કેવો મોટકડો બની ગયો !

૩૧. મનની ખીંટી

અમારા ઘરમાં થોડું રિપેરિંગનું કામ હતું.

એને માટે એક સુથાર આવેલો.

એના કામનો એ પહેલો દિવસ હતો.

કામ પર આવતાં રસ્તામાં એના સ્કૂટરનું ટાયર પંચર થઈ ગયું એમાં એનો કલાક બગડી ગયો.

કામ શરૂ કર્યા પછી અધવચ્ચે એની ઈલેક્ટ્રિક કરવત બગડી ગઈ.

દિવસ પૂરો થયા પછી ઘરે પાછા જતી વખતે એનું સ્કૂટર ચાલ્યું નહીં.

હું એને મારી ગાડીમાં એના ઘેર મૂકવા ગયો. રસ્તામાં એ એક પણ શબ્દ ન બોલ્યો. થાક એના ચહેરા પર સ્પષ્ટ વર્તાતો હતો.

ઘેર પહોંચ્યા ત્યારે એણે કહ્યું, ‘ઘરમાં થોડી વાર આવો ને... ? મારી પત્ની અને બાળકોને તમને મળીને આનંદ થશે.’

ઘરમાં દાખલ થતાં પહેલાં એ ઘર પાસેના નાના ઝાડ પાસે રોકાયો. બંને હાથ એણે ઝાડ પર મૂક્યા. બારણામાં દાખલ થતી વખતે મેં એનામાં અજબ ફેરફાર જોયો. એના થાકેલા ચહેરા પર સ્મિત ફરી વળ્યું. પોતાનાં બે બાળકોને એ વહાલથી ભેટ્યો અને પત્ની સામે સ્મિત કર્યું.

થોડી વાર પછી પાછા વાળતાં એ મને કાર સુધી મૂકવા આવ્યો. અમે પેલા ઝાડ પાસેથી પસાર થયા ત્યારે મારું કુતૂહલ હું રોકી શક્યો નહીં. મેં એને પૂછ્યું, ‘ઘરમાં દાખલ થતાં પહેલાં તમે ઝાડને શા માટે અડ્યા ?’

‘અરે હા, આ ઝાડ તો મારા મનની ખીંટી છે. હું કામે જાઉં ત્યાં કોઈ ને કોઈ તકલીફ તો આવવાની, પણ એક વાત નક્કી કે ઘરે મારી પત્ની અને બાળકોને એની સાથે શું લેવાદેવા ? એટલે, જ્યારે સાંજે કામ પરથી ઘરે પાછો આવું ત્યારે તકલીફો આ ઝાડ પર લટકાવી દઈ પછી ઘરમાં દાખલ થઉં... સવારે કામ પર જતાં આ ઝાડ પરથી તકલીફો પાછી લઈ લઉં છું, પણ નવાઈની વાત તો એ છે કે રાતે મૂકેલી તકલીફોમાંથી ઘણીખરી સવારે ત્યાં હોતી નથી... !

૩૨. મરેલો કોણ ?

એક રાજા...

હંમેશ પાલખીમાં ફરે...

બન્યું એવું કે એક વાર પાલખી લઈ જનારા ચાર નોકરમાંથી એક ક્યાંક જતો રહ્યો.

બાકીના ત્રણ નોકરો જડભરતજીને પાલખી ઉપાડવા લઈ આવ્યા.

જે પોતાના આત્મામાં જ રમમાણ છે એવા જડભરતજી...

એમને નોકરો રાજાની પાલખી ઉપાડવા લઈ આવ્યા ત્યારે પાલખીને ઊંચકીને ચાલતા જડભરત પોતાના પગે ચાલવાથી જીવહિંસા ન થાય એનું ધ્યાન રાખી ચાલતી વખતે વારંવાર ઊંચા-નીચા થતા. ચારમાંથી એક જણ સરખી રીતે ન ચાલતું હોવાથી પાલખી વારંવાર ઊંચી-નીચી થતી.

અંદર બેઠેલા રાજાને આ કારણે તકલીફ થવા માંડી. એટલે ગુસ્સે થઈને એણે બૂમ પાડી, 'આ કોણ મરેલો મરેલો ચાલે છે ?'

ત્યારે જડભરત બોલ્યા, 'હે રાજા ! જે માણસનો ભાર ચાર જણા ખભા ઉપર ઊંચકીને જતા હોય એ માણસ મરેલો કહેવાય... તેથી હે રાજન, મરેલો કોણ તે તો સ્વયં સ્પષ્ટ છે. વળી હું તો આ જ રીતે ચાલીશ, કારણ કે મારા પગ નીચે કીડી-મંકોડા જેવા નાના જીવ ચગદાઈ જાય એ મને મંજૂર નથી. હું કોઈ જીવને જિવાડી ના શકું તો પછી એ જીવને મારવાનો પણ મને કોઈ અધિકાર નથી.'

થોડો શ્વાસ ખાઈને જડભરતે પોતાની વાત કહેવાની ચાલુ રાખી : 'હે રાજન ! કયો માણસ મરેલો કહેવાય એની તમને બરોબર ખબર લાગતી નથી. જે માણસ બીજાની કમાણીનું ખાય... જે પોતાના જીવન માટે બીજાને મહેનત કરાવે તથા જે અન્યનું શોષણ કરી પોતાનો નિર્વાહ કરે તે માણસ મરેલો કહેવાય... હું આમાંનું કશું કરતો નથી તેથી તમે નક્કી કરો કે મરેલો કોણ ?'

રાજાએ જડભરતનાં વાક્યો ઉપર વિચાર કર્યો. આ બધું તો તેને જ લાગુ પડતું હતું એટલે એણે પાલખી રોકી. જડભરતને પગે પડ્યો અને સ્વાશ્રયી તથા પરગજુ રીતે જીવવાની પ્રતિજ્ઞા લીધી.

૩૩. આ દિવસ પણ જશે...

કારમાં એક ગર્ભશ્રીમંત શેઠ અને તેના મુનીમ જઈ રહ્યા હતા.

કારની આગળ એક ટ્રક હતી.

ડ્રાઈવરે ટ્રકને ઓવરટેક કરવા જ્યાં પોતાની ગાડીને આગળ લીધી ત્યાં ટ્રકની પાછળના ભાગમાં લખાયેલા એક વાક્ય તરફ મુનીમનું ધ્યાન ગયું. ટ્રકની પાછળ લખ્યું હતું, 'આ દિવસ પણ જશે'

શેઠનો મુનીમ.

બચરવાળ માણસ.

નાનાં નાનાં પાંચ બાળકો અને પોતે બે એમ સાત જીવ.

આ સાતે જીવોને એ શેઠની નોકરીમાંથી પોષતો હતો.

મોંઘવારીને કારણે ઘણી તકલીફો પડતી હતી.

મન અવારનવાર આ કારણે દુઃખી થઈ જતું.

એની નજર આ વાક્ય ઉપર ગઈ. એ મનમાં બબડ્યો...

'સાચી વાત છે... દુઃખના આ દિવસો પણ જશે.'

એ જ વખતે ટ્રક પાછળનું આ વાક્ય શેઠે પણ વાંચ્યું.

પોતે ગર્ભશ્રીમંત હતા. સાત પેઢી ચાલે એટલો પૈસો પાસે હતો અને છતાં ધંધાની તેજી-મંદી અને પૈસાનું રોકાણ યોગ્ય જગાએ કરવા છતાં મનમાં સતત ડર રહ્યા કરતો કે પૈસા ક્યાંક ડૂબી જશે તો ? આ દોમદોમ સાહ્યબી જતી રહેશે તો ?

અને એમને પણ આ વાક્ય ગમી ગયું... 'આ દિવસ પણ જતા રહેશે.'

માણસ સુખમાં હોય કે દુઃખમાં આ વાક્ય એણે યાદ રાખવા જેવું છે... સમજવા જેવું છે. દુઃખના દિવસો કે સુખના દિવસો. ક્યારેય એ અનંતકાળ સુધી ટકતા નથી. જતા રહેવાના છે દિવસો. માટે સુખ હોય કે દુઃખ મનને એનાથી બચાવીએ.

૩૪. દૃષ્ટિભેદ

ભગવાન બુદ્ધે પોતાના શિષ્યોને ધર્મપ્રચાર અર્થે દેશાટન કરવાની આજ્ઞા આપી.

એમાંનો એક શિષ્ય.

ગુરુઆજ્ઞા સાથે મન મક્કમ કરીને નીકળ્યો છે.

એક સ્થળે જતાં લોકોએ શિષ્યને વાર્યો અને કહ્યું, 'ત્યાં ના જશો. ત્યાંના લોકો નગુણા છે. તમને અપમાનિત કરશે... ઘૃણીત કરશે.'

શિષ્યે શાંતિથી જવાબ આપતાં કહ્યું, 'અપમાનિત જ કરશે એટલું જ ને ? મારશે તો નહીં ને ?'

લોકોએ વળતાં કહ્યું, 'કહેવાય નહીં. પથરા મારે પણ ખરા.'

શિષ્યે કહ્યું, 'પથરા જ મારશે ને ? મારી તો નહીં નાખે ને ?'

લોકોએ કહ્યું, 'મારી પણ નાખે... કંઈ કહેવાય નહીં. ગુસ્સો આવે ને એમના હાથમાં હથિયાર હોય તો મારી પણ નાખે !'

શિષ્યે લોકોની વાત સાંભળી. સહેજ પણ ડર્યા કે ગભરાયા વિના કહ્યું, 'ધર્મના પ્રચારમાં દેહ છૂટે એનાથી રૂડી મુક્તિ કઈ ?'

લોકો બીવડાવતા હતા, પણ શિષ્ય નીડર હતો. બંને વચ્ચે દૃષ્ટિભેદ એટલો જ હતો કે શિષ્ય એ લોકોની સારી બાજુ જોતો હતો. પોતાની ઉપર પડનારાં દુઃખોને હળવાં બનાવીને જોતો હતો. જ્યારે તેને વારનારા... ડરાવનારાં લોકોની ખરાબ બાજુને જોતા હતા. દુઃખોને હોય એ કરતાં ભારે બનાવીને બતાવતા હતા.

જે છે એને ભારે બનાવીને જોનારો ડરપોક !

જે છે એને યોગ્ય રીતે જોનારો વ્યવહારુ !

પણ જે છે એને હળવું બનવી જોનારો નીડર !

૩૫. આપણા હાથમાં...

એક દિવસ એક શેઠ સંત પાસે ગયા.

સંતને પ્રણામ કર્યા અને વ્યથિત હૈયે કહ્યું, 'મહાત્માજી, મને ઘણાં બધાં વ્યસનો વળગેલાં છે. રોજ બીડી પીવા જોઈએ છે. એ ન પિવાય તો ગેસ થઈ જાય છે. દારૂ પીવા જોઈએ છે. એ ન પિવાય તો ઊંઘ આવતી નથી. મને ખબર છે કે આ બધાં વ્યસનો મને જ નુકસાન કરવાનાં છે. મારી જ તબિયતને એને કારણે નુકશાન થવાનું છે, પણ શું કરું ? મારે એને છોડવાં છે પણ મારાથી એ છૂટતાં નથી ! આપ જ એવો કોઈ રસ્તો બતાવો કે હું આ વ્યસનોની જંજાળમાંથી છૂટું...'

સંતે એમને બીજે દિવસે આવવા કહ્યું.

બીજે દિવસે જ્યારે શેઠ પહોંચ્યા ત્યારે સંત પોતાની જાતને એક થાંભલા પાસે રાખીને જાતે જ જાતને દોરડાથી વીંટતા હતા.

શેઠને આશ્ચર્ય થયું કે આ મહાત્મા શું કરે છે ?

સંતે દોરડાથી પોતાની જાતને થાંભલાની આજુબાજુ બરોબર બાંધી દીધી અને પછી શેઠને કહ્યું, 'ઓ શેઠજી ! મારે આ દોરડું છોડવું છે. થાંભલાથી છૂટવું છે. મારાથી છુટાતું નથી. કૃપા કરી મને છોડાવો... મને છોડાવો.'

શેઠે કહ્યું, 'પણ મહાત્માજી, આ દોરડું તો તમે જાતે બાંધ્યું છે. તમે જાતે બાંધેલું દોરડું તમે જાતે છોડી શકો. બીજા કોઈની એમાં ક્યાં જરૂર છે ?'

પેલા સંતે કહ્યું, 'પણ દોરડું મારાથી છૂટતું નથી. છોડું તો ખરાબ વિચારો આવે છે. સાચા નિર્ણયો લેવાતા નથી.'

શેઠને જવાબ મળી ગયો હતો. એ સમજી ગયા હતા કે કુટેવો છોડાવવી પોતાના જ હાથમાં છે અન્યના નહીં.

૩૯. જ્ઞાનનો પ્રકાશ

એક ખૂબ જ પ્રચલિત કથા છે સંત તુલસીદાસની.

સંત તુલસીદાસને એમના સંસારી જીવનમાં પોતાની પત્ની તરફ તીવ્ર રાગ હતો.

તેઓ એક ક્ષણ માટે પણ એનો વિયોગ સહી શકતાં નહીં.

એક દિવસ એમનાં પત્નીને પિયર જવાનું થયું.

પત્નીનું પિયર નદીને સામે કાંઠે.

રાત સુધી પત્ની પાછી આવી નહીં.

એટલે બેચેન તુલસીદાસે રાતના ઘેરા અંધકારમાં નદીકાંઠે આવી નદીના વધતા વહેણને જોઈને સામે કાંઠે પત્નીના પિયરમાં કેવી રીતે જવું એ અંગે વિચાર્યું.

આમતેમ આંટા મારતાં એમની નજર એક સામેથી નદીમાં તરતા આવતા ઢીંમચા તરફ ગઈ. ને ખુશ થઈ ઊઠ્યા. એમને થયું પત્નીએ પોતાને માટે જ નાવ મોકલી.

તે ઢીંમચા ઉપર ચઢીને સામે પાર પહોંચ્યા.

પત્નીના પિયરઘરમાં અંધારું હતું. કોઈને જગાડ્યા સિવાય કેવી રીતે ઉપર જવું ?

ઘરની બહાર આંટા મારતાં એમણે જોયું કે પાછળની બાજુ દોરડું લટકતું હતું. એને પકડીને તેઓ ઉપર ચઢી ગયા.

પત્નીને આવી અંધારી વરસાદી રાતે પતિને આવેલા જોઈ ખૂબ જ નવાઈ લાગી. પત્નીના પ્રશ્નના ઉત્તરમાં તેમણે કહ્યું, 'તમે જ તો નાવ મોકલી હતી અને પાછળ દોરડું ટીંગાળ્યું હતું એના સહારે...'

ફાનસ લઈ દોરડાને જોયું તો મસ મોટો અજગર અને નાવ હતી કોઈકની લાશ... !

મોહમાં માણસ કેવો અંધ બની જાય છે ?

તુલસીદાસનો મોહભંગ થયો અને તેઓ સંત બન્યા.

૩૭. દાબડા હટે તો સમજાય...

ગાંગો તેલી...

ઘાણી ચલાવે... તેલ કાઢે...

એના બળદો આખો દિવસ ઘાણીએ ફરે...

બળદોની આંખ ઉપર કાળા દાબડા બાંધ્યા હોય એટલે પોતે ક્યાં ચાલે છે, કેવી રીતે ચાલે છે, કેટલું ચાલે છે એ જોવાનું જ નહીં.

અને આમ બળદ ચાલ્યા જ કરે... ચાલ્યા જ કરે.

થયું એવું કે એક દિવસ ગાંગાને ક્યાંક બહાર જવાનું થયું અને ઘાણી ઉપર એનો દીકરો બેઠો.

દીકરો બિનઅનુભવી... એટલે બળદને ઘાણી ઉપર ચલાવતાં પહેલા એમની આંખે કાળા ડાબડા બાંધવાનું ભૂલી ગયો.

બળદોએ ચાલવાનું શરૂ કર્યું.

ચાલવાનું શું, ગોળ ગોળ ફરવાનું શરૂ કર્યું.

પણ આ શું ?

આખો દિવસ જે બળદ ઘાણીએ ફરતા રહેતા હતા એ જ બળદ પાંચમે ગોળ આંટે તો થાકી ગયા. આવું ગોળ ગોળ ફરવાને કારણે ચક્કર ખાઈને પડી ગયા !

કામ અટકી ગયું.

સાંજે ગાંગો તેલી આવ્યો અને હકીકત જાણી ત્યારે બોલ્યો, ‘બેટા, એમની આંખે ડાબડા બાંધવાનું ભૂલી જઈશ તો આવું જ થશે.’

સંસારનો જીવ.

એ પણ આવા માયા-મોહના ડાબડા આંખે ચઢાવી સંસારની ઘાણીએ ગોળ ગોળ ફર્યા કરે છે.

પણ એના એ ડાબડા ઊતરી જાય તો ?

તો એને સમજાય કે પોતે ક્યાં છે અને શું કરે છે ?

૩૮. નવરું મન શેતાનની ફેક્ટરી

એક માજી. એકલાં પડી ગયાં. છોકરા ધંધે, વહુઓ ઘરકામમાં, દીકરીઓ પરણીને સાસરે ને ધણી મોટું ગામતરું કરી ગયા.

હવે કરવું શું ?

ઘરમાં નોકર-ચાકર ઉપર બહુ કડપ રાખ્યો.

મંદિરે ભગવાન ભગવાન પણ કર્યું.

અને તો ય આ મસ મોટો દિવસ તો કેમેય પૂરો થાય જ નહીં.

માજીને તો હવે મનમાં જાત જાતના ભય ઘૂસી ગયા.

ક્યારેક પગમાં... ક્યારેક પેટમાં અને ક્યારેક માથામાં... દુઃખાવા... દુઃખાવા ને દુઃખાવા... આજે આના ડૉક્ટર પાસે તો કાલે બીજા ડૉક્ટર પાસે... ! ડૉક્ટરો નવા નવા રોગના ભય બતાવે અને જાતજાતની દવાઓ આપે પણ તોય માજીને તો ક્યાંય ચેન નથી... ક્યાંય આરામ નથી.

એક દિવસ અચાનક માજીને ભૂરી સાંભરી.

ભૂરી... એમની ભેંસ... અને કામ મળી ગયું માજીને.

ભૂરીને ખોળ નાખવાનો, નવડાવવાની, એનું દૂધ દોહવાનું અને ત્યાં વળી ખબર પડી કે ભૂરી બેજીવી છે. પછી તો માજી એની સાથે જાતભાતની વાતો કરે. વિધવિધ પ્રકારે લાડ લડાવે. ભૂરીને ગોળનો શીરો ને શેરડીનું શિરામણ આપે.

હવે માજીનો ભય ગાયબ થઈ ગયો.

ભૂરીએ બીજી પાડી જણી એટલે હવે માજીને વિચાર કરવાનોય સમય નથી મળતો.

ચંદરીને જાળવતાં માજી હવે મહારાજને રસોડામાં જઈ રસોઈ વિશે ભાષણ નથી આપતાં, નોકરોની ઉપર દાદાગીરી નથી કરતાં.

દીકરા રાજી છે.

વૈદ્ય-ડૉક્ટરો આવતાં બંધ થઈ ગયાં છે.

માજીનું નકામાપણું હવે રહ્યું નથી.

નવરું મન એટલે શેતાનની ફૅક્ટરી. તેથી જ કાર્યાન્વિત રહો.

૩૯. વ્યસન મુક્તિનો આનંદ

નાનકડું ગામ...

સ્વામિનારાયણ સંપ્રદાયના સાધુ ત્યાં આવેલા.

એમણે આજે પ્રવચનનો વિષય રાખ્યો હતો 'વ્યસનમુક્તિ'

ઘણા બધા માણસોથી સભા ભરાયેલી હતી.

એમાં સાધુએ વાત મૂકી.

આજે અખાત્રીજ છે, જે વ્યક્તિ આજથી વ્યસન છોડવાની અહીંયાં જાહેરાત કરશે તેના ઘરે આવતી અખાત્રીજે ગાડાંભરીને અનાજ પહોંચશે.

બીડી છોડે એને એક ગાડું.

મદીરા છોડે એને ચાર ગાડાં.

બંને છોડે એને ઘેર પાંચ ગાડાં.

પરસ્ત્રીગરમન છોડે એને ઘેર દસ ગાડાં.

ઘણાએ પ્રતિજ્ઞા લીધી.

સાધુ તો ગયા.

જોતજોતામાં વર્ષ વહી ગયું.

અને આવી પહોંચી અખાત્રીજ.

ચમત્કાર એવો થયો કે ગામમાં ક્યાંય વ્યસન નહોતું. સાધુ આવ્યા ત્યારે વ્યસની જુવાનિયાઓની કાયામાં કૌવત અને હૈયામાં હિંમત હતી. હવે એમને ગાડાં ભરીને ધાનની જરૂર નહોતી. એટલું ધાન તો એમના ઘરોમાં. વ્યસનમુક્તિએ જ ક્યારનું પહોંચાડી દીધેલું.

સાધુ તરફ પરમ આદરભાવ અને વ્યસનમુક્તિએ સૌના ચહેરા ઉપર ચમકાવી હતી આગવી જીત.

૪૦. કંકણનો રણકાર

નમિકુમાર રાજા...

શરીરમાં સખત દાહ ઊપડ્યો હતો.

શીતળ ચંદનનો લેપ કરવાથી રાહત થશે એવું રાજવૈદ્યોનું કહેવું સાંભળી નમિકુમારની બધી રાણીઓ ચંદન લઈ એમના શરીરે ઘસવા બેઠી.

રાણીઓએ કંકણ પહેરેલાં.

લેપ કરતાં કરતાં હાથનાં કંકણ કંઈક કોલાહલ કરતાં હતાં.

એક બાજુ અસહ્ય બળતરા તો હતી જ અને એમાં ભળ્યો આ કંકણને કોલાહલ... !

નમિકુમાર માટે પીડા ઓર અસહ્ય બની.

નમિકુમારે બંધ આંખે કંકણનો રણકાર બંધ કરવાની આજ્ઞા આપી.

રાણીઓને ખબર હતી કે રાજાનો દાહ તો શમ્યો નથી. ચંદન ઘસવું પણ જરૂરી હતું એટલે બધી રાણીઓએ હાથના કંકણ ઉતારીને એક કંકણ પહેરીને ચંદન ઘસવાનું ચાલુ કર્યું.

કંકણનો અવાજ શમી ગયો હતો અને છતાંય ચંદન ઘસવાનું ચાલુ હતું એટલે નમિકુમારે મનોરમા રાણીને પૂછ્યું, 'ચંદન કેવી રીતે ઘસો છો ?'

રાણીએ જવાબ આપતા કહ્યું, 'હાથમાં અવાજ ન થાય એવું એક એક કંકણ જ પહેર્યું છે તેથી રણકાર થતો નથી.'

આ સાંભળીને નમિકુમારને જ્ઞાન લાધ્યું, 'સંસારની દરેક મમત્વ પેદા કરવાની વસ્તુઓ મારી નથી. ઝાઝા મળ્યે ઝાઝી ઉપાધિ. એક કંકણથી કોલાહલ ન થાય. એવો જ એકલો આત્મા... એકલો જ આવ્યો ને એકલો જવાનો. કોઈ સાથે ન આવવાનું હોય તો પછી શીદને સહેવો કોલાહલનો રણકાર ?'

૪૧. સૌંદર્યને માણો, માલિક બનવા પ્રયત્ન ન કરો

જોન રસ્કિન.

જેનો ગાંધીજીના જીવન ઉપર પ્રબળ પ્રભાવ પડ્યો હતો એવા 'અન ટુ ધી લાસ્ટ' પુસ્તકના લેખક.

જોન રસ્કિને પોતાની જિંદગીની સ્મરણકથા લખી છે. એમાં એમણે પોતાના બાળપણનો એક પ્રસંગ વર્ણવ્યો છે.

તેઓ નાના હતા ત્યારે પિતાની સાથે એક મહેલ જોવા ગયેલા.

મહેલની ભવ્યતાએ રસ્કિનનું મન મોહી લીધું. એક ક્ષણ થયું કે હું આવા મહેલમાં રહેતો હોત તો કેટલું સારું હોત !

ત્યાં એમને ઇંગ્લૅન્ડના બીજા એક લેખક કાર્લાઇલનું એક વાક્ય યાદ આવ્યું, 'મહેલમાં રહીને આંખ સામે ઝૂંપડીઓને જોવા કરતાં ઝૂંપડીમાં રહીને મ્હેલ જોવામાં વધુ મજા છે.'

મતલબ કે સૌંદર્યને માણવા માટે એના માલિક બનવાની જરૂર નથી. ઘણી વાર માણસો સૌંદર્યના માલિક બનવાની લ્હાયમાં જિંદગીભર દોડ્યા કરે છે પણ સામે પડેલા સૌંદર્યને માણી શકવાની ક્ષણો એમાં વેડફાઈ જાય છે.

ઇટાલીની ખ્યાતનામ અભિનેત્રી સોફિયા લોરેને પણ કહ્યું હતું કે ખરી મઝા જિંદગીમાં સૌંદર્યને જોવા-માણવામાં છે, તેના માલિક થવામાં નથી.

અનેક માણસોનો જાત-અનુભવ છે કે સુખ કોઈ સાધનમાં નથી, એ સાધન વડે સુખ નિષ્પન્ન કરવાની તમારી પોતાની ગુંજાશમાં છે.

૪૨. ખડે રહો, ઔર સામના કરો

ઈ.સ. ૧૮૮૬નું વર્ષ.

સોળ ઑગષ્ટે ગુરુદેવ રામકૃષ્ણ પરમહંસે મહાસમાધિ લીધી.

ત્યાર બાદ મા શારદામણિ દેવી, નરેન્દ્રનાથ અને અન્ય શિષ્યો કાશીપુરથી વરાહનગર મઠમાં રહેવા આવ્યા. શ્રી રામકૃષ્ણ પરમહંસની મહાસમાધિ પછી શિષ્યો અને ભક્તસમૂહમાં એમના વિયોગ દુઃખની ઉદાસીનતા છવાયેલી હતી ત્યારે સૌએ તીર્થાટન કરવાનું નક્કી કર્યું. પરિવ્રાજક શૈલી અપનાવનાર સ્વામી વિવેકાનંદ વારાણસીની મુલાકાતે ગયેલા.

એક દિવસ...

સ્વામી વિવેકાનંદ કાશીમાં વિશ્વનાથ મહાદેવનાં દર્શન કરીને પાછા ફરી રહ્યા હતા, ત્યારે રસ્તામાં કેટલાક વાંદરાઓએ તેમને ઘેરી લીધા. સ્વામીજીએ ઉતાવળે ચાલવા માંડ્યું, તો વાંદરા એમની પાછળ પડ્યા. આ દૃશ્ય એક અન્ય સાધુની નજરે ચઢતાં એમણે બૂમ મારીને કહ્યું, 'અરે ભાઈ, દૌડના મત, ખડે રહો ઔર સામના કરો, સબ દુષ્ટ ભાગ જાયેંગે.' આ સાંભળી સ્વામીજી તો ઊભા રહી ગયા અને નીડરતાથી સામે ધસ્યા. એ જોઈને બધા વાંદરા ડરના માર્યા નાસી ગયા.

વર્ષો બાદ ન્યૂયોર્કની એક સભામાં આ પ્રસંગને અનુલક્ષીને સ્વામીજીએ કહ્યું, 'અજ્ઞાનનો સામનો કરો. કુદરતી આપદાઓ અને માયાની લોભ-લાલચને તાબે થયા વિના એ સામે અડીખમ ઊભા રહો. તો અવશ્ય સફળતા પામશો.'

૪૩. કરુણા-ક્ષમા સ્વર્ગનું દ્વાર

એક ઝેન સંત.

એક વાર એમની પાસે લશ્કરનો સેનાપતિ પહોંચે છે.

લશ્કરના સેનાપતિના મનમાં એક મૂંઝવણ હતી.

એણે ઝેન સંતને વંદન કરીને પૂછ્યું, 'બાબા, નર્કનું દ્વાર અને સ્વર્ગનું દ્વાર ક્યાં આવ્યું છે ? શું હોય છે એ ?'

બાબાએ સેનાપતિની વાત જાણે સાંભળી જ ના હોય એમ તેઓ પોતાની પ્રવૃત્તિમાં મસ્ત રહ્યા.

સેનાપતિએ ફરી વાર બાબા સામે એ જ પ્રશ્ન દોહરાવ્યો પણ બાબા એવા જ મૌન.

પોતે લશ્કરનો સેનાપતિ... અને આ એક સાધુ પોતાની વાતનો જવાબ નથી આપતો એ જાણીને સેનાપતિ ક્રોધથી લાલપીળો થઈ ગયો.

એણે સંત ઉપર ખૂબ જ ગુસ્સો કરી એનું ગમે તેવા અપશબ્દો બોલીને અપમાન કર્યું. ખૂબ ગુસ્સો કરી પોતાની તલવાર સંત ઉપર વાર કરવા બહાર કાઢી અને ઝેન સંતે કહ્યું, 'જો નર્કનું દ્વાર ખૂલ્યું ! તારો ક્રોધ એ જ નર્કનું દ્વાર છે.'

સેનાપતિએ આ સાંભળ્યું અને એના ચિત્તમાં પોતે કરેલા ક્રોધ માટે ખૂબ જ દુઃખ થયું.

સંતના પગે પડી એમની ક્ષમા માગી. પોતે કરેલા કુવ્યવહારથી એનું મન જાત ઉપર જ નારાજ થઈ ક્રંદિત બની ગયું.

એની આંખમાંનાં આ આંસુને દેખીને ફરી ઝેન સંતે કહ્યું, 'જો આ સ્વર્ગનું દ્વાર ખૂલ્યું.'

ક્ષમા સ્વર્ગનું દ્વાર અને ક્રોધ નર્કનું... !

૪૪. અડગ મનના...

શરદ અને શીતલ.

બંને સગા ભાઈ.

પણ બંનેના સ્વભાવમાં આભ-જમીનનું અંતર.

શરદ કોઈ પણ કાર્ય કરે ત્યારે હજારો વાર એ કાર્ય વિશે વિચારે. એનું મન સતત દ્વિધાગ્રસ્ત. પોતે ઉપાડેલા કામમાં નિષ્ફળ તો નહીં જવાય ને ? આ કામ પોતે કરી શકશે ? આ કામમાં કોઈ મોટું ને ખોટું જોખમ તો નથી ને ? એ કામમાં નિષ્ફળ જવાશે તો દુનિયા શું કહેશે ? બસ... આવા કંઈ ને કંઈ વિચારોના તાણા-વાણામાં સતત એ ઘેરાયેલો જ રહે.

અવઢવમાં રચ્યોપચ્યો રહેતો શરદ.

જ્યારે શરદનો નાનો ભાઈ શીતલ.

આમ બધી રીતે શરદથી ઊતરતો. એનું ભણતર ઓછું. બહુ લાંબી સૂઝ નહીં. પાસે પૈસો પણ નહીં.

પણ શીતલની એક લાક્ષણિકતા. એ જે નક્કી કરે તે કરે જ. કર્યા પછી એમાં સફળતા મળે તોપણ ખુશ અને કદાચ નિષ્ફળતા મળે તોપણ અફસોસ નહીં. ક્યારેય કોઈ કાર્ય કરતી વખતે એના મનમાં સહેજ પણ અવઢવ નહીં.

સ્વભાવને કારણે બંને ભાઈઓની જિંદગી પણ સાવ જ જુદી. શરદ મિલમાં નોકરી કરતો ધીમે ધીમે આગળ વધ્યો જ્યારે ભાઈ શિતલ ધંધા બદલતાં બે વખત મોટી ખોટમાં આવ્યો. ફરી ઊભો થયો અને કલરના ધંધામાં આવેલી તેજીએ તો એને બહુ થોડા સમયમાં કરોડપતિ બનાવી દીધો.

જીવનમાં શું જરૂરી ?

કોઈ પણ કાર્ય કરવામાં 'અડગ મન' જરૂરી ખરું ને ? એટલે જ પેલા કવિએ કદાચ કહ્યું હશે.

અડગ મનના મુસાફરને હિમાલય પણ નથી નડતો.

દ્વિધા અને સફળતાને બાર ગાઉનું છેટું હોય છે.

૪૫. પીપળો રાક્ષસ

માધવ મૂળે બીકણ.

અને સંજોગવશાત એકલા એક ગામથી બીજે ગામ જવાનું થયું. રાતનો સમય. ફાનસના અજવાળે લાકડી લઈને ગામમાંથી નીકળ્યો. પાદરે પહોંચ્યો. પાદરમાં એક પીપળો હતો. ગામમાં એવી માન્યતા હતી કે આ પીપળો ભૂતિયો છે. ત્યાં ભૂતનો નિવાસ છે.

મૂળે બીકણ માધવ જેવો એ પીપળા પાસે પહોંચ્યો અને અચાનક જોરથી પવન વાયો અને ફાનસની દીવેટ બુઝાઈ ગઈ. પીપળાનાં સૂકાં પાન ઉપર પગ પડતાં થતા અવાજે એને ગભરાવ્યો. મનમાં થયું હમણાં ક્યાંકથી કોઈ પ્રેતાત્મા નીકળી આવશે અને તેને પકડી લેશે. ત્યાં જ બાજુની થોરની વાડના કાંટામાં પવનને કારણે ઊડતા ધોતિયાનો છેડો ભરાયો. એનું મન એવું ડરી ગયું કે મૂઠીઓ વાળીને ભાગ્યો.

એને લાગ્યું કે એ જેમ જેમ ભાગતો જતો હતો એમ એમ પેલો પીપળો રાક્ષસરૂપ ધરીને એની પાછળ પડ્યો છે. એનાથી ચીસ પડાઈ ગઈ.

ત્યાં જ ગામમાંથી બે-ચાર જણાને પેટ્રોમેક્ષ સાથે સામેથી આવતા એણે જોયા.

માધવની ચીસે એમનું ધ્યાન દોર્યું અને તેઓ માધવ જ્યાં હતો ત્યાં આવ્યા ત્યારે માધવ ભયથી થરથર કાંપતા બોલતો હતો, 'પેલો રાક્ષસ મારી પાછળ પડ્યો છે.'

પેલા માણસોએ એને હિંમત આપી અને કહ્યું, 'ચાલ, આપણે ત્યાં કોણ છે તે જોઈએ.'

માધવ એમની સાથે ત્યાં ગયો. જઈને જોયું તો પોતે જેને રાક્ષસ માનીને ડરતો હતો એ તો હતો પીપળો અને થોરની વાડમાં એનું ધોતિયું ભરાયું હતું.

જ્યારે બીક મન પર સવાર હોય ત્યારે જે વિચારીએ તે જ દેખાય, પણ જ્ઞાનનું અજવાળું થતાં જે છે તે તેના મૂળ રૂપમાં જોવા મળે...

માટે કોઈ પણ પરિસ્થિતિને જ્ઞાનના અજવાળામાં નિહાળીએ.

૪૯. ભગવાન જુએ છે...

રાજાએ પોતાના ઉદ્યાનમાં ફળની ચોરી ન થાય માટે ચોકીદાર રાખેલો.

બન્યું એવું કે એક વખત ભૂખથી પરેશાન થયેલા ચોકીદારને ઝાડ ઉપર ચડીને ફળની ચોરી કરવાની ઇચ્છા થઈ. એની સાથે એનો નાનો છોકરો પણ હતો.

એને નીચે ઊભો રાખીને ચોકીદાર ઝાડ ઉપર ચડ્યો. ઉપર ચઢીને તેણે નીચે ઊભેલા પોતાના દીકરાને પૂછ્યું, 'કોઈ જોતું તો નથી ને ?'

છોકરાએ જવાબ આપ્યો, 'હા, ભગવાન જુએ છે.' અને ચોકીદાર નીચે ઊતરી ગયો.

સંજોગોવશાત્ આ આખી ઘટનાને દૂર ઊભેલો રાજા ગુપ્તવેશે જોતો હતો.

બીજે દિવસે ચોકીદારને દરબારમાં બોલાવાયો... અને રાજાએ પૂછ્યું, 'તું ઝાડ ઉપર ચઢ્યો પછી ફળ તોડવા જતાં તેં તારા દીકરાને શું પૂછ્યું ? અને તારા દીકરાએ તને એવું તે શું કહ્યું કે તું ફળ તોડ્યા વિના નીચે ઊતરી ગયો ?'

ચોકીદારને ખબર નહોતી કે રાજાએ તેને જોયો છે.

એણે કહ્યું, 'મહારાજ, મેં મારા દીકરાને શિખવાડ્યું હતું કે આપણા દરેકેદરેક કાર્ય ઉપર ભગવાનની નજર હોય છે. તેથી એવું કોઈ કાર્ય ન કરવું કે જેનો જવાબ આપણે ભગવાનને ન આપી શકીએ.

'મારા દીકરાએ હું ઝાડ ઉપર ચડ્યો ત્યારે મને આ વાત યાદ કરાવી અને હું નીચે ઊતરી ગયો.' ચોકીદારે કહ્યું. રાજાએ ચોકીદારની સાથે શું વ્યવહાર કર્યો હશે એ ખબર નથી પણ આપણી અંદર આપણા દરેક સારા માઠા કાર્યને અનુમોદતો કે નિંદતો ભગવાન આપણા આત્મા રૂપે બિરાજમાન છે તેની તો આપણને ખબર છે ને ?'

૪૭. કૃષ્ણનું સારથિત્વ ન મળે તો... ?

કુરુક્ષેત્રનું રણમેદાન...

કૌરવો-પાંડવો વચ્ચે મહાયુદ્ધ ચાલી રહ્યું હતું.

આજે કર્ણ અને અર્જુન સામસામે હતા.

કર્ણનું અગ્ન્યાસ્ત્ર છૂટ્યું.

શસ્ત્ર અર્જુનના રથ સુધી પહોંચતામાં જ સારથિ સહિત અર્જુનનો નાશ નક્કી હતો.

પરંતુ અર્જુનના સારથિ ભગવાન શ્રીકૃષ્ણ હતા અને એટલે જ અગ્ન્યારય પ્રભાવક ન બન્યું.

અગ્ન્યાસ્ત્ર જેવું શસ્ત્ર પણ પોતાનો વાળ વાંકો ન કરી શક્યું જાણીને અર્જુનના મનમાં અહંકાર પ્રવેશ્યો.

પોતાની શક્તિનું મનમાં ગુમાન જાગ્યું.

ભગવાન શ્રીકૃષ્ણ તો અંતર્યામી...

તરત જ અર્જુનનું મન કળી ગયા.

એમને પોતાના સખામાં પ્રવેશેલા આ અહંકારના રાક્ષસને હણવો હતો અને એટલે જ...

સાંજે યુદ્ધ-મેદાનમાંથી પાછા વળતાં શ્રીકૃષ્ણે આજે અર્જુનને રથમાંથી પહેલા ઊતરવા કહ્યું. અર્જુનને નવાઈ તો લાગી, પરંતુ ભગવાનની આજ્ઞા સમજી ઊતરી ગયો. ત્યાર બાદ શ્રીકૃષ્ણ રથમાંથી ઊતર્યા.

અને ક્ષણાર્ધમાં રથ અગ્નિથી ભસ્મિભૂત...

અર્જુન આશ્ચર્યચકિત.

ત્યારે ભગવાને કહ્યું, 'અગ્ન્યાસ્ત્ર નિષ્ફળ ગયું નહોતું, પરંતુ હું પહેલો ઊતર્યો હોત તો તું પણ ભસ્મીભૂત થઈ ગયો હોત.'

જે કાર્યમાં ઈશ્વરનો સાથ હોય અને કર્તાના મનમાં કર્યાનો અહંકાર ન હોય ત્યાં સુધી જ કાર્યની મહત્તા.

માનવના શરીરરૂપી રથને જ્યાં સુધી કૃષ્ણરૂપ ઈશ્વરનું સારથિત્વ પ્રાપ્ત થયું છે ત્યાં સુધી જ એ સલામત. નહીં તો... ?

૪૮. સિંદુરી રાક્ષસ

ભગવાન શંકર. ભોળા અને આશુતોષ. ખૂબ જલદી રિઝાઈ જાય.

એક રાક્ષસે ખૂબ તપ કર્યું.

મૃત્યુને જીતવું હતું એને.

અમરત્વ પ્રાપ્ત કરવું હતું એને.

પણ અમર તો કોણ છે ?

એટલે એણે પોતાના શરીર ઉપર સિંદૂર લગાડ્યું અને ભગવાનને રિઝવીને વરદાન માગ્યું કે જ્યાં સુધી આ સિંદૂર મારા શરીર ઉપર હોય ત્યાં સુધી મારું મૃત્યુ ન થાય.

ભગવાને 'તથાસ્તુ' કહી દીધું.

અને પછી ધૂર્ત રાક્ષસે સૌને સતાવવાનું ચાલુ કરી દીધું.

દેવો, માનવો, પ્રાણીઓ સૌ એનાથી ત્રાહિમામ્.

કોઈ પણ રીતે આ રાક્ષસનો અંત થવો જોઈએ.

સૌ પહોંચ્યા શ્રીગણેશ પાસે.

વાત સમજાવી અને રાક્ષસના અંત માટે વિનંતી કરી.

ગણેશ બુદ્ધિના ભંડાર.

તેમણે સિંદૂરી રાક્ષસને કહ્યું કે તે ગણેશને પકડે એમ કહી ગણેશે દોટ મૂકી.

સિંદૂરી રાક્ષસને ભારે ગમ્મત પડી. જરા જોરથી દોડ્યો. ગણેશ પકડાતા પકડાતા રહી ગયા. જેમ જેમ રાક્ષસે ગણેશને પકડવા ગતિ કરી એમ ગણેશની ગતિ વધી. દોડી દોડીને થાકી જવાય ત્યાં સુધી બંનેની દોડ ચાલી. પરસેવામાં સિંદૂર પાણીની જેમ રેલાવા માંડ્યું અને છેલ્લે ગણેશે નદીમાં ભૂસ્કો માર્યો. ગણેશની પાછળ ઝનૂનમાં ને ઝનૂનમાં રાક્ષસે પણ ભૂસ્કો માર્યો.

ગણેશની અને સંસારની આ જ તો ઇચ્છા હતી ને ?

અને સિંદૂરી રાક્ષસ હણાયો.

વર્તમાનકાળે ભોળા (?) રાજકારણીઓના વરદાનથી ફાલેલા ભ્રષ્ટાચારને દૂર કરવા કોઈ ગણશ આગળ આવશે ખરો ?

૪૯. બાવળની શૂળ

ઊંટ રણમાં ચાલતું હતું.

તાપ ખૂબ હતો.

ક્યાંય કોઈ ઝાડનો છાંયો દેખાતો નહોતો.

ચારે કોર રેતી જ રેતી.

પાણી પણ ક્યાંથી મળે ?

સતત ચાલતા રહેલા ઊંટને ભૂખ અને તરસ બંને લાગ્યા હતાં. પાણી અને ખોરાકને માટે ચારે બાજુ ફાંફાં મારતા ઊંટને દૂર દૂર બે-ચાર લીલાં ઝાડ દેખાયાં એટલે ઊંટના જીવમાં જીવ આવ્યો.

એ દોડ્યું ઝાડવા તરફ.

ઝાડ બાવળનાં હતાં... કાંટાળા બાવળ...

ભૂખના માર્યા ઊંટને માત્ર બાવળનાં ઝીણાં ઝીણાં પાન નજરે ચડ્યાં, પણ એની સાથેની સીધી તીક્ષ્ણ શૂળ ન દેખાઈ. ઝીણાં ઝીણાં પાન ખાતાં ખાતાં એની શૂળને કારણે એનું મોં આખું લોહીથી ખરડાઈ ગયું. પણ ભૂખ એવી લાગી હતી કે ખાવાનું ન છોડ્યું.

સંસારનું સુખ પણ આ બાવળની શૂળ સાથેના પાન જેવું. દરેક સુખની સાથે દુ:ખની બારીક શૂળ હોય જ. પરંતુ ભોગવી લેવાના મોહમાં ને મોહમાં શૂળ દેખાતી નથી. અને પછી થઈ જવાય છે લોહીલુહાણ.

જેને શૂળ દેખાય છે એ પાન ખાવાના મોહમાંથી પ્રયત્નપૂર્વક ઊગરે છે. અને જે ઊગરે છે એને પછી લોહીલુહાણ થવું પડતું નથી. નહીં તો પછી સંસાર સુખનો પેલો તીવ્ર રાગી ઊંટની જેમ થાય છે લોહીલુહાણ.

૫૦. નવ્વાણુના ધક્કે

એક વાણિયો. નામ એનું દીપચંદ. કામ અનાજ-કરિયાણાના વેપારનું. નાનકડો ધંધો, પણ નીતિમત્તા જાળવે.

એક વખત એક સંઘ આવ્યો અને એનો આખી દુકાનનો માલ એક જ દિવસમાં વેચાઈ ગયો.

વાણિયા માટે આ અણધાર્યું હતું. એણે વેચાયેલા માલમાંથી થતા નફાનો હિસાબ માંડ્યો તો પૂરા નવ્વાણુ રૂપિયા મળ્યા હતા. આટલી મોટી રકમ એક જ દિવસમાં એ મેળવી શકશે એવી એને કલ્પના નહીં.

નવ્વાણુ રૂપિયાનો નફો થયો ત્યારે માંકડા મને એમાંથી આનંદ લેવાના બદલે એક રૂપિયો ઓછો આવ્યો, નહીં તો પૂરા સો રૂપિયાનો નફો થાત એમ ગણીને અફસોસ કરવા માંડ્યો.

અફસોસ રૂપિયા સોનો નફો ન થયો એનો.

દુકાન તો હવે ખાલીખમ હતી. હવે એક રૂપિયો નફો મેળવવા શું કરવું ? ત્યાં યાદ આવ્યું કે પારેવાંને નાખવાની જુવાર જે વેપાર કરતી વખતે અલગ કાઢેલી એ હજી પડી હતી. જો એ વેચી દે તો એક રૂપિયાનો નફો મળે અને તો નફો રૂપિયા સો થઈ જાય.

એક રૂપિયાનો નફો મેળવવા ધર્માદા કાઢેલી જુવાર પણ પેલા માંકડા મને વેચાવી કાઢી.

જેવો રૂપિયા સોનો નફો થયો એવું પેલું મન લાલચમાં આગળ વધ્યું. મનને રઢ લાગી હવે ક્યારે બીજા સો પેદા કરું. છ પૈસાની કમાણી બારની કરી... બારના ચોવીસ...

નીતિમત્તા ધીમે ધીમે લોભને કારણે કોરાણે મુકાતી ગઈ અને નફો નવસો નવ્વાણુ રૂપિયા સુધી પહોંચ્યો.

નફો વધ્યો પણ નીતિમત્તા ઓછી થઈ.

નીતિમત્તા ઓછી થઈ એને કારણે ઘરાકોનો વિશ્વાસ તૂટ્યો. એક વાર છેતરાતું ઘરાક પોતે તો ન આવતું પણ બીજા દસને અટકાવતું થયું.

સરવાળે શું હોય ?

દીપચંદભાઈ નવ્વાણુના ધક્કે આબરૂ વગરના થઈ ગયા હતા.

૫૧. દૃષ્ટિ તેવી સૃષ્ટિ

એક સાધુ.

સમાધિ લગાવીને બેઠેલા.

તેમની પાસેથી એક ચોર પસાર થતો હતો.

ચોરે સાધુને જોઈને વિચાર્યું, 'લાગે છે કોઈ ઉઠાઉગીર... ચોરીનો માલ દાબીને સાધુનો સ્વાંગ રચીને બેઠો છે. રાત પડશે એટલે ચાલતી પકડશે.'

થોડી વાર બાદ...

એક દારૂડિયાનું ત્યાંથી પસાર થવું...

દારૂડિયાએ સાધુને જોઈને વિચાર્યું, 'કેટલો બધો દારૂ પીધો લાગે છે ? અને જોને સ્વાંગ રચ્યો છે સાધુનો !'

એક ગંજેરીનું ત્યાંથી પસાર થવું.

એને સાધુની સમાધિગ્રસ્ત આંખોમાં ગાંજાની રતાશ દેખાઈ.

એક ભક્તિપ્રેમી ભક્તનું ત્યાંથી પસાર થવું...

એનું મન ભક્તિમય હતું. એણે વિચાર્યું, 'સાધુ મહારાજ સમાધિમાં છે. તેમની કંઈક સેવા કરું અને તેણે સાધુમહારાજ બેઠા હતા એની આસપાસની જગા વાળીને ચોખ્ખી કરી. પાણી છાંટ્યું. નજીકમાંથી ફૂલ લઈ આવી સાધુના ચરણારવિંદ પાસે મૂક્યાં અને સાધુની સમાધિ તૂટે તેની રાહ જોતો હાથ જોડીને બેસી રહ્યો.

કેવી છે આ સૃષ્ટિ ?

અણુબોંબ ધરાવનારને પડોશીને ત્યાં અણુબોંબ બને છે એવી બીક. આતંકવાદ ફેલાવનારને પોતાને ત્યાં લોકો આતંક ફેલાવી રહ્યા હોવાની બીક.

નિર્ભય મન રાખીએ તો આપણી સૃષ્ટિ કેવી હોય ?

પર. આગ મટાડો...

શહેરના એક વિસ્તારમાં ફાયર બ્રિગેડની તાલીમનો વર્ગ ચાલતો હતો.

તાલીમ આપનાર ઈન્સ્ટ્રક્ટર કહેતા હતા : 'આગ ક્યારે લાગે ખબર છે તમને ? ત્રણ જુદાં જુદાં પરિબળ એક સાથે ભેગાં થાય તો જ આગ લાગે. આ ત્રણ પરિબળ કયા છે ? એક તો કોઈ તરત આગ લાગી શકે એવો જ્વલનશીલ પદાર્થ, બીજું પ્રાણવાયુ અને ત્રીજુ અંગારવાયુ. આગ લાગી હોય ત્યારે આ ત્રણમાંથી કોઈ એક પરિબળને દૂર કરો એટલે આગ એની મેળે શમી જાય. પહેલું તો આગની નજદીક રહેલા જ્વલનશીલ પદાર્થને દૂર કરો. પ્રાણવાયુ દૂર કરવા કેમિકલ્સ પાવડર કે ઉનના ધાબળાથી આગને ઢાંકી દો અને અંગારવાયુને દૂર કરવા પાણીનો મારો કરો. જુઓ આગ આપોઆપ શમી જશે.

સાધુ-સંન્યાસીઓ... મહાત્માઓએ આ અંગે કહ્યું છે... માર્ગદર્શન પણ આપ્યું છે પણ...

સંસારનો દવ પણ આવા જ ત્રણ પરિબળો ભેગા થવાને કારણે લાગતો હોય છે ને ? ઈચ્છાઓ, જરૂરિયાતો અને અહમ્. આ ત્રણે ભેગા થાય એટલે દવ લાગે જ...પહેલાં તો અહમ્‌ને દૂર કરો, ઈચ્છાઓનું શમન કરો અને દાહ ઘટે તો જરૂરિયાતો પણ આપોઆપ ઘટે જ.

આપણે કે જેને આ માર્ગદર્શનની જરૂર છે તેને એ સ્વીકારવું નથી. સ્વીકારીએ તો પાલન કરવું નથી અને જેઓ પાલન કરે છે એ પછી આ સંસારમાં રહે છે જ ક્યાં ?

૫૩. શોધીએ આત્મનિરીક્ષણથી જીવનની તડને...

૧૯૫૪ની સાલ...

આકાશ ઉડ્ડયન માટે એક નોંધનીય ઘટના.

એ સાલમાં કોમેટ નામના અતિ ઝડપથી ચાલતા વિમાનો અવકાશમાં ઊડતાં થયાં.

શ્રેષ્ઠ ધાતુનું બનેલું આ વિમાન.

એક વર્ષ સુધી તો એણે સરસ રીતે અવકાશમાં ઉડ્ડયન કર્યું.

પણ કોઈ અકળ કારણસર હવામાં એ વિમાન વચ્ચેથી ફાટીને તૂટી પડ્યું. એ પછી થોડા જ સમયમાં એ જ પ્રકારનું બીજુ વિમાન પણ એ જ રીતે તૂટી પડ્યું.

જેણે આવા વિમાનની શોધ કરી હતી એમણે ખૂબ ધ્યાનથી ચકાસણી શરૂ કરી કે કયા કારણસર વિમાન તૂટી પડ્યું. બ્લેકબોક્ષની તપાસથી એ તો જણાયું કે વાંક પાઈલોટનો નથી. યંત્રનો નથી કે કોઈ વાતાવરણનો પણ નથી. યોગ્ય રીતે ચાલતું વિમાન દેખીતી રીતે કોઈ પણ ખામી વગર અચાનક તૂટી પડ્યું હતું.

બહુ જ ધ્યાનથી જ્યારે શોધવામાં આવ્યું ત્યારે જણાયું કે એક નાની તડ વિમાનમાં પડી ગઈ હતી. આ તડ હવાના ઘટતા દબાણને કારણે પડી હોવાનું શોધાયા બાદ આજના જેટ વિમાનોનો યુગ શરૂ થયો.

આપણે પણ આપણા જીવનની પેટીમાંથી શોધવાની છે. આવી નાની તડો. જીવનમાં પડતી આવી નાની તડ ક્યારેક બહુ મોટા અકસ્માતોને નોતરી બેસે છે.

આત્મનીરિક્ષણથી શોધીશું ને આવી તડોને ?

અને બનાવીશુંને આપણા જીવનઉડ્ડયનોને વધુ સુરક્ષિત ?

૫૪. ટકવું અને અટકવું

બિપીન વર્ષોથી શેરબજારમાં કામ કરે.

કેટલીયે તેજી-મંદી એણે જોઈ નાખેલી.

શેરબજારમાં આવતા જાતભાતના ઊથલા અનુભવેલા, પણ એણે હંમેશાં એના એક શેરબ્રોકર મામાની વાતને ગાંઠે બાંધેલી.

શેરબ્રોકર મામાએ બિપીન જ્યારે શેરબજારમાં નવો નવો આવેલો ત્યારે કહેલું, 'શેરબજારમાં સોડ હોય તેટલું જ તાણવું... ક્યારેય ઉધારી ના કરવી... વધારે પડતા નફાની લાલચ નહીં. ૫૦૦ કરતાં વધારે ઉપર કામ નહીં. લીધેલા શેર ઉપર એક રૂપિયો નફો મળતો હોય તો એ લઈને નીકળી જવાનું અને ૫૦ પૈસાથી વધુ નુકસાની નહીં લેવાની. આ વાતો એણે બરોબર પચાવેલી.

અલબત્ત, એને કારણે એને ઝાઝી કમાણી નહોતી થતી, પણ સામે ઝાઝું નુકસાન થવાનો ડર પણ નહોતો.

બિપીનની પત્ની બેલા...

આમ તો શેરબજારનું ઝાઝું જ્ઞાન નહીં પણ એની એક બહેનપણી એની પાસે એક લલચામણી વાત લઈને આવી. એણે બેલાનું ધ્યાન એક એવા શેર તરફ દોર્યું જે શેર હમણાં રોજ પાંચ રૂપિયા વધતો હતો.

એણે પતિને વિશ્વાસમાં લીધા સિવાય એક સોદો કર્યો. ૫૦૦ ને બદલે એણે ૫૦૦૦ શેર લીધા. અને કુદરતનું કરવું એવું કે બીજા જ દિવસે એ શેરના ભાવ વધવાને બદલે ઘટવા માંડ્યા. પહેલા ૫૦ પૈસા ઘટ્યો. આટલા બધા શેર ૫૦ પૈસા ઘટાડામાં કાઢવાનો જીવ ના ચાલ્યો એનો. થોડી રાહ જોવાની ઇચ્છા થઈ. એક દિવસ વધુ રાહ જોવામાં ૫ રૂપિયા ઘટી ગયો. નુકસાની ખાસ્સી એવી સામે આવી.

ત્યારે બિપીને એને કહ્યું, 'આ ૫૦૦ ના ૫૦૦૦ શેર કર્યા એમાં કેટલો મોટો નુકસાનીનો ફટકો આવ્યો ? જો ૫૦૦ શેર લઈને અટક્યા હોત તો આટલો બધો માર ન ખાવો પડત.'

બેલાએ કહ્યું, 'સાચી વાત છે તમારી, ટકવા માટે ક્યાં અટકવું એ સમજવું પણ ખૂબ જરૂરી છે.'

૫૫. આપવામાં આનંદ

અમારા એક કાકા હતા.

નામ એમનું હીરાકાકા.

હીરા જેવો જ એમનો સ્વભાવ.

નિવૃત્ત થયા પછી એમણે પોતાને ગમતું એક કાર્ય શરૂ કર્યું. હરકિશનદાસ હૉસ્પિટલના જનરલ વૉર્ડમાં ફરવાનું અને દર્દીની ભીની આંખમાંથી એના મનના મૂંઝારાનું દર્દ શોધી કાઢવાનું. દર્દી પાસે બેસીને એ એવી કુશળતાથી વાતો કરતા કે દર્દીને અણસાર પણ ન આવતો અને એ એની જરૂરિયાતને પરખી લેતા.

કોઈ દર્દીને દવાની જરૂરિયાત તો કોઈની ઑપરેશનના પૈસા ક્યાંથી કાઢવા એની ગૂંગળામણ... કોઈને સ્નેહ-સહાનુભૂતિની ભૂખ તો કોઈકની કુટુંબક્લેશની પીડા. હીરાકાકા ખૂબ કુશળતાથી વાત પામી જતા. જેની જેવી જરૂરિયાત એ પ્રમાણેની સગવડ એ ઊભી કરતા.

સાંજ પડે એટલે નાના પાંચ વર્ષના પૌત્ર વિનયને આંગળીએ વળગાડી હૉસ્પિટલમાં પહોંચે. જેમને પૈસાની જરૂર હોય એને માટે કવરમાં પૈસા મૂકી 'ભગવાનની ભેટ' એવું લખી નાનકડા વિનયને દૂરથી દર્દી બતાવી કવર આપવા મોકલે. દવાની જરૂરિયાતવાળાની દવા... ફળફળાદિ પણ આમ જ પહોંચે.

દર્દી સાથેની મીઠી વાતમાં તો એમને કોઈ પહોંચે જ ક્યાં ? એક વાર મેં હીરાકાકાને પૂછ્યું, 'કાકા, આ તમે દર્દીઓને કે એના સગાને કવરમાં પૈસા મોકલાવો છો, એમાં તમારું નામ શા માટે લખતા નથી ? ક્યારેક એ દર્દીના મનમાં આભાર માનવાની ઇચ્છા થાય તો ?'

હીરાકાકાનો જવાબ સમજવા જેવો હતો : 'ઈશ્વર આપણને આપે છે ત્યારે ચોપડે નોંધીને કે પછી આપણે આભાર માનવો પડે એ રીતે આપે છે ? આ સૂરજ આપણને જે આપે છે તે પાછું માગે છે ખરો ? બસ... મને પણ આપવામાં આનંદ આવે છે. જો હું નામ લખું તો લેનારને માથે ભાર નાખું. મને એવું કરવામાં રસ નથી.'

૫૭. મયુરદાસે લીધું એક પ્રણ

આ એ સમયની વાત છે, જ્યારે ટેલિફોનની સેવા ઘેરઘેર નહોતી મળતી.

મોબાઈલ તો હજી કદાચ ચલણમાં જ નહોતો.

મોટે ભાગે ટેલિફોન બૂથ ઉપર જ ફોન કરવા જવું પડતું. પૈસા ભરીને ત્યાંથી ફોન થઈ શકતો.

મયુરદાસ નામનો એક વેપારી.

એણે એક પ્રણ લીધેલું.

ટેલિફોન બૂથમાં ફોન કરવા નિમિત્તે જવાનું અને ત્યાં વધારાના ૩૫ પૈસા મૂકીને આવવાના.

એ સમયે ફોન ૩૫ પૈસામાં થતો.

ક્યારેક આ જોઈને કોઈએ પૂછ્યું, ‘તમે આમ કેમ કરો છો ? હું ઘણા વખતથી જોઉં છું કે તમે ટેલિફોન બૂથમાં જાવ છો અને ત્યાં ૩૫ પૈસા મૂકીને આવો છો.’

મયુરદાસનો જવાબ હતો, ‘દેવું ચૂકવું છું.’

પેલી વ્યક્તિએ આશ્ચર્યથી પૂછ્યું, ‘દેવું ? શેનું દેવું ?’

જવાબમાં મયુરદાસે પોતાના જીવનમાં બનેલા એક પ્રસંગની વાત કરતાં કહ્યું, ‘એક વખત મારા દીકરાને અકસ્માત થયેલો. એમ્બ્યુલન્સ બોલાવવાની જરૂર હતી. મારી પાસે છૂટા પૈસા નહોતા ત્યારે મેં જોયું કે કોઈકે ફોનના નીચલા ભાગમાં ૩૫ પૈસા રાખેલા હતા. તેથી તાબડતોબ એમ્બ્યુલન્સ બોલાવી શકાઈ અને એને કારણે મારો દીકરો મોટી ઘાતમાંથી બચ્યો. જેણે ત્યાં એ પૈસા રાખ્યા હશે એને તો ખબર પણ નહીં હોય કે આ પૈસાએ મારા દીકરાને તાત્કાલિક સારવાર સુધી પહોંચાડ્યો. નહીં તો કદાચ... ?’

ત્યારથી મયુરદાસે નિયમિત રીતે ટેલિફોન બૂથ પર જઈને ૩૫ પૈસા મૂકવાનું ચાલુ કર્યું.

ક્યારેક એ પૈસાનો ગેરઉપયોગ પણ કોઈ કરતું, પણ એ રીતે મૂરખા દેખાઈને પણ મદદ કરનારાને ત્યાં સંસ્કારધન ખૂટતું નથી.

૫૭. અંતરના દ્વારનું હેન્ડલ ક્યાં ?

હોલમેન હન્ટ નામનો એક ચિત્રકાર.

એણે એક ચિત્ર દોર્યું.

આ ચિત્રમાં એણે ભગવાન ઈસુના હાથમાં ફાનસ આપ્યું હતું અને ચિત્રમાં તેઓ ફાનસ લઈને એક બારણા પર ટકોરા મારતા નજરે પડતા હતા.

ચિત્ર ખૂબ સુંદર બન્યું હતું.

આ ચિત્રને જોઈને હન્ટના એક મિત્રે તેમને કહ્યું, 'ચિત્ર ખરેખર ખૂબ જ સુંદર બન્યું છે, પણ મને એમાં એક ખામી દેખાઈ છે.'

હોલમેન હન્ટે મિત્રને પૂછ્યું, 'કઈ ખામી ?'

મિત્રે કહ્યું, 'જે બારણાને ઈસુ ટકોરા મારે છે એ બારણામાં હેન્ડલ નથી.'

'ભગવાન ઈસુ જે બારણા ને ટકોરા મારે છે તે સામાન્ય બારણું નથી. એ તો માનવહૃદયનું બારણું છે અને એ ફક્ત અંદરથી ખૂલે છે. તેને ખોલવા માટે બહારના હેન્ડલની જરૂર નથી... આ બારણું બહારથી કોઈ ખોલી ના શકે. એ તો જે-તે વ્યક્તિ પોતે ઇચ્છે તો જ... અને તેનાથી જ ખૂલે.'

કેવી સરસ વાત કરી છે હોલમેન હન્ટે પોતાના ચિત્ર દ્વારા !

અંતરના દ્વાર ખોલવાનું આપણા પર જ નિર્ભર છે. આપણે ઇચ્છીએ તો જ હૃદયના દ્વારને આપણે ખોલી શકીએ.

અંતરના દ્વાર કોઈ બહારના હેન્ડલથી કદી ન ખૂલે.

૫૮. સકારાત્મક ઊર્જા મળી જાય

એક ભાઈ.

રસ્તા ઉપરથી પસાર થતા હતા.

અચાનક જ એક ટ્રક આગળથી ખૂબ ઝડપથી આવી.

આ ટ્રકને આવતી જોઈને જ ભાઈનો જીવ જાણે નીકળી ગયો. ભયના માર્યા એ બાજુમાં તો ખસી ગયા, પણ એમનું આખું શરીર ધ્રૂજતું હતું.

બાજુમાંથી પસાર થનાર બીજા ભાઈએ એમને પૂછ્યું કે તમે કેમ આટલા બધા ડરી જાવ છો ? ત્યારે એ ભાઈએ કહ્યું કે આવી જ રીતે એક વાર એક ટ્રકે એમને ફેંકી દીધેલા. ભગવાનની કૃપાથી એ વખતે કોઈ ઈજા તો નહોતી થઈ, પણ ત્યારથી એમના મનમાં ટ્રકનો ડર પેસી ગયો છે.

આપણે પણ...

જીવનમાં આવી કેટલી બધી ટ્રકોથી ડરતા હોઈએ છીએ !

ફોન રણક્યો નથી ને લાગે કે કોઈ અમંગળ સમાચાર તો નથી આવ્યા ને ?

ડોક દુઃખે ને થાય કે સ્પોન્ડિલાઈટિસ તો નથી થયો ને ?

છાતીમાં દુઃખ્યું તો હાર્ટ-એટેકનો ડર લાગે ને શરીરમાં નાની ગાંઠ દેખાય તો કેન્સર થયાની ચિંતા જાગે.

આપણે વિચારવાની જરૂર છે કે, આપણા આ કાલ્પનિક ભય પેલી ટ્રકના ભય જેવા તો નથી ને ?

જીવનમાં આવતા કે મળતા સંકેતો અમંગળ જ હોય એવું શા માટે માનવું ?

એને બદલે જે થાય છે એમાં ઈશ્વરનો કશોક સારો ઈરાદો હશે. જે થાય છે તે સારા માટે જ થાય છે. એવું વિચારીએ તો ?

તો આપણી આજુબાજુ સકારાત્મક વિચારોનું વર્તુળ રક્ષાકવચની જેમ ઊભું ન થાય શું ?

૫૯. સો ફટકાની સજા

રાજા ભોજનો દરબાર...

પંડિતોનો ત્યાં મેળો જામે.

કવિ કાલિદાસ પણ રાજા ભોજના દરબારના એક મહાપંડિત.

રાજા ભોજના દરબારમાં એક દિવસ એક પંડિતે આવીને ભોજરાજાને કહ્યું કે પોતે અહીં એક પ્રશ્ન રજૂ કરવા માગે છે. આ પ્રશ્નનો જવાબ હજી કોઈ રાજાની પંડિત સભામાંથી પોતે મેળવી શક્યા નથી. આપના દરબારમાં જો એ પ્રશ્નનો જવાબ આપનાર પંડિત મળી જાય તો હું સો ફટકા ખાવા તૈયાર છું.

રાજા ભોજે કાલિદાસ સામે જોયું.

કાલિદાસે પંડિતના પ્રશ્નનો ઉત્તર આપવાની તૈયારી બતાવી.

પેલા પંડિતનો પ્રશ્ન હતો : 'એવી કઈ વસ્તુ છે જેને ટીપીએ કે ઘા કરીએ તો તે સજીવન થાય ?'

પંડિતનો પ્રશ્ન... આ પ્રશ્ન એણે ઘણા પંડિતોને પૂછેલો, પણ કોઈ એનો જવાબ નહોતો આપી શક્યા. એ વાતનું એને ઘમંડ.

અહીં પણ પંડિતના મનમાં કંઈક એવી જ આશા હતી.

પણ અહીં તો કાલિદાસે એક ક્ષણના પણ વિલંબ વિના જવાબ આપતાં કહ્યું, 'ઢોલ.'

હા... ઢોલ... જો ઢોલને ટીપીએ તો જ અવાજ આવે નહીં તો તે મૃતઃપ્રાય થઈ જાય.

પંડિતે હાર માની લીધી. નક્કી થયા પ્રમાણે એણે સો ફટકા ખાવાના હતા.

પણ કાલિદાસે પંડિતને સો ફટકા મારવા તૈયાર થયેલા ભોજરાજાના માણસોને અટકાવીને ભોજરાજાને કહ્યું, 'મહારાજ, એને ફટકા મારવાની કોઈ જરૂર નથી. એને મળેલો પરાજય જ સો ફટકા બરાબર છે.'

પેલા પંડિતનો અહંકાર કાલિદાસની વાત સાંભળીને ઊતરી ગયો.

૭૦. પ્રકાશને શોધવાનો નથી

આર્ટ ઑફ લિવિંગના પ્રણેતા.

શ્રી શ્રી રવિશંકરજી...

એક વાર તેઓ પોતાના શિષ્યોને પ્રવચન આપતા હતા. પ્રવચનમાં તેઓ ઈશ્વરના નિવાસ વિશે વાત કરતા હતા. ઈશ્વરના ઘરની વાત તેઓ કંઈક પ્રતીકાત્મક રીતે સમજાવતાં તેમણે કહ્યું, 'સંસ્કૃતમાં 'રા' શબ્દનો અર્થ થાય છે, 'જે પ્રકાશમાન હોય છે તે અને 'મ' નો અર્થ છે 'હું'... એ રીતે વિચારતાં આપણી અંદરનો પ્રકાશ એટલે 'રામ'.

રામના પિતા છે દશરથ અને માતા છે કૌશલ્યા. 'દશરથ'નો અર્થ થાય છે 'દશ રથ! પાંચ કર્મેન્દ્રિયો અને પાંચ જ્ઞાનેન્દ્રિયો... જ્યારે 'કૌશલ્યા' એટલે 'કુશળતા'. એટલે કે પાંચ કર્મેન્દ્રિય અને પાંચ જ્ઞાનેન્દ્રિયને કાબૂમાં રાખે એવા કુશળ સારથિને ત્યાં જ રામ જન્મે.

અને 'રામ'નો જન્મ પણ ક્યાં? એવી જગ્યાએ કે જ્યાં કદી યુદ્ધ થતું નથી એટલે કે 'અયોધ્યા'

મનમાં જ્યારે દ્વંદ્વ સમી જાય ત્યારે જ પ્રકાશ ઉદય પામે.

દસેદસ ઇન્દ્રિયો સાથે મળીને કાર્ય કરે તો સજાગતા પેદા થાય.

અને આવી સજાગતા પ્રકાશમાન કરે.

આવો પ્રકાશ શોધવાની જરૂર નથી.

એનાથી તો સ્વયમ્ પ્રકાશિત બનાય.

૭૧. દેશને જરૂર છે આવા નેતાની

લિબિયાના પ્રમુખ કર્નલ ગદ્દાફી.

તેમના જીવનનો એક પ્રસંગ.

એક વખત પોતાને કોઈ ન ઓળખે એ રીતે વેશપલટો કરી લિબિયાની એક સુપ્રસિદ્ધ હૉસ્પિટલમાં પહોંચ્યા.

ત્યાં જઈને તેમણે ત્યાંના એક મુખ્ય ડૉક્ટરને કહ્યું કે તેમના પિતા ખૂબ જ બીમાર છે અને તેમને સારી સારવારની જરૂર છે.

ડૉક્ટરે કહ્યું કે તમે તમારા પિતાને અહીં લઈને આવો, પણ ગદ્દાફીએ કહ્યું કે પિતાને અહીં લાવી શકાય એવી એમના શરીરની હાલત નથી માટે ડૉક્ટરે જ એમના ઘેર આવવું પડે.

ડૉક્ટર સારવાર માટે ઘેર આવવા તૈયાર ન હતા. આ સંદર્ભમાં ગદ્દાફી અને ડૉક્ટર વચ્ચે સારી એવી રકઝક ચાલી. ડૉક્ટરે ગદ્દાફીને ન કહેવાના શબ્દો કહ્યા ત્યારે ગદ્દાફીએ પોતાની અસલ ઓળખાણ આપી.

ડૉક્ટરને પોતાની અસલ ઓળખાણ આપી ગદ્દાફીએ કહ્યું કે તમે ભલે આ હૉસ્પિટલના ઇન્ચાર્જ છો, પણ એક ડૉક્ટર તરીકે તમે તમારું કર્તવ્ય ભૂલી ચૂક્યા છો. દર્દીની સારવાર માટે તમારે દર્દી જ્યાં હોય ત્યાં જવું પણ પડે. એ માટે તૈયારી બતાવવાને બદલે તમે દર્દીના સગાને એની મજબૂરીમાં આવી રીતે પરેશાન કરો છો ? મારો તમને દેશના વડા તરીકે આદેશ છે કે આવા ડૉક્ટરની આ દેશને સહેજ પણ જરૂર નથી. તમે આ દેશ છોડીને જઈ શકો છો.

કોઈ પણ દેશને આવા નેતાની જરૂર હોય છે.

૬૨. કીડીની જેમ કર્મશીલ બનીએ

એક નાનકડો જીવ કીડી.

એની જીવનપદ્ધતિનો અભ્યાસ કર્યો છે ક્યારેય ?

એનો કોઈ નેતા નહીં.

કોઈ નાયક નહીં.

કોઈ શાસક પણ નહીં.

એ પોતે જ સતત કર્મશીલ.

કીડીની જીવનપદ્ધતિ જ આગવી.

ક્યારેય વિચાર્યું છે કે કીડીને કેટલો ખોરાક જોઈએ ?

એક કહેવત છે : 'હાથીને મણ તો કીડીને કણ' આમ કીડીને જોઈએ તો કણ માત્ર.

પણ એ કણ માત્રની જરૂરિયાતવાળી કીડીનું આયોજન કેવું આગવું ?

એ શિયાળામાં, ચોમાસામાં શું ખાવું તેનો વિચાર કરીને પોતાનો ભંડાર ભરી દે છે.

કોઈ આળસુ કહે હું જરા ઝોકું ખાઈ લઉં, પણ એને ક્યાં ખબર છે કે એ ઊંઘે એટલામાં જ પેલી દરિદ્રતા સશસ્ત્ર લૂંટારાની જેમ તેના પર ત્રાટકે છે.

કઠોર પરિશ્રમ એ જ સુખી જીવનની ચાવી છે.

ખેતરમાં અનાજ તૈયાર હોય અને કાપણીના સમયે જ ખેડૂત ઉંઘી જાય તો શું થાય ?

વાવણી કરવાની હોય એવા સમયે જ ખેડૂત આળસુ બનીને બેસી રહે તો એને શું મળે ?

માટે જ...

કીડીની જેમ કર્મશીલ બનો.

સમયને ઓળખો અને યોગ્ય કાર્ય કરો.

૭૩. મગજનો ઉપયોગ

એક વ્યક્તિ.

આખું અઠવાડિયું ખૂબ મહેનત કરી.

અઠવાડિયાની મહેનતની કમાઈ લઈને એ ઘરે જતો હતો.

ગામડામાં એનું ઘર આવેલું.

એના એ ગામડે જતાં રસ્તામાં જંગલ જેવું આવે.

એમાંથી એ પસાર થતો હતો ત્યાં એને ચોર મળ્યો.

ચોરે એની પાસેની કમાઈને લૂંટી લીધી.

લૂંટીને જતા ચોરને પેલી વ્યક્તિએ હાથ જોડીને કહ્યું, 'ભાઈસાબ, તમે જતાં પહેલાં મારી ટોપીમાં ગોળીબાર કરી કાણું કરો. નહીં તો ઘરવાળા નહીં માને કે હું લૂંટાયો છું.'

ચોરને દયા આવી. એણે પેલી વ્યક્તિની ટોપી ઉછાળી ટોપીમાં ગોળી મારી કાણું કર્યું.

આવું કરીને ચોર જવા જતો હતો ત્યાં પેલી વ્યક્તિ એના પગમાં પડી ગઈ અને રડતાં રડતાં ફરી વિનંતી કરી કે મેં ચોરનો સામનો કર્યો છે એવું લાગે માટે મારા આ અંગરખામાં ગોળીબાર કરીને એમાં અસંખ્ય કાણાં કરી આપો.

ચોરે એવું કર્યું.

પછી પેલી વ્યક્તિ કંઈ આગળ બોલવા જાય એ પહેલાં જ પેલા ચોરે કહ્યું, 'માફ કરજે, હવે મારી બંદૂકમાંની ગોળી ખતમ થઈ ગઈ છે. હવે મને જવા દે.'

પેલી વ્યક્તિએ કહ્યું, 'મારે આ જ તો જોઈતું હતું. હવે મને મારો માલસામાન અને પૈસા આપી દે નહીં તો હું તને મારીશ.'

આનો સાર એટલો જ કે જીવનમાં વિષમ પરિસ્થિતિ ઊભી થાય ત્યારે ગભરાવાની જગ્યાએ એ સમયે ઠંડા દિમાગથી મગજનો ઉપયોગ કરો. રસ્તો આપોઆપ મળી જશે.

૭૪. હીરાકાકાએ આપેલી શીખ

પૂર્વી અને પરાગ.

એમનું લગ્ન થયે એકાદ વરસ થયેલું.

પણ બંને વચ્ચે હંમેશ કોઈ ને કોઈ બાબતમાં ખટરાગ થયા કરે.

વાત નાની હોય પણ બંનેના અહમ્‌નો ટકરાવ વાતને ખૂબ જ મોટી બનાવી દે.

નાની નાની બાબતની આવી રકઝકમાંથી ધીમે ધીમે એકબીજા તરફની ફરિયાદોએ મોટું રૂપ લેવા માંડ્યું.

એ સમયે એમના જીવનમાં આવ્યા હીરાકાકા.

સગપણ તો સીધેસીધું આ બંને સાથે બહુ ઓછું પણ બંનેનો લગાવ એમની સાથે ખૂબ જ...

બંને પોતે પોતાની વાતમાં સાચા હોવાની દલીલો કાકા આગળ કરે.

બંનેએ ગૃહસ્થાશ્રમની યાત્રા તો શરૂ કરેલી, પણ સદ્‌ગૃહસ્થ કે સન્નારી બનવાનું નહીં શીખેલાં. પતિને સદ્‌ગૃહસ્થ બનવું અને પત્નીએ સન્નારી એ લગ્નજીવનની આમ તો વણલેવાયેલી પ્રતિજ્ઞા. દાંપત્યની સફળતા કેવળ યોગ્ય પાત્ર શોધવા પર આધારિત નથી. ખરેખર તો બંને પાત્રોએ યોગ્ય બનવું પડે તો જ દામ્પત્ય સફળ બને. દરેક વ્યક્તિ ઇચ્છતી હોય છે કે લગ્નજીવનમાં પોતાનું મહત્ત્વ સ્વીકારાય. સામી વ્યક્તિ દ્વારા પોતાની પ્રશંસા થાય અને પોતાની ભૂલની ક્ષણોમાં સામી વ્યક્તિ પોતાને ક્ષમા આપે, પણ આવું ઇચ્છતી વ્યક્તિ સામી વ્યક્તિને આવું આપવાની બાબતમાં કંજૂસ બની જાય છે. માણસને પોતાનું મહત્ત્વ લણવું ગમે છે, પણ બીજાના મહત્ત્વના બીજની વાવણી કરવાનું યાદ નથી આવતું અને એમાંથી સર્જાય છે લગ્નજીવનમાં કંકાસની ખાઈ.

હીરાકાકાએ આ બંનેને આપ્યા નીચેના ગુરુમંત્ર.

૧. કડવી વાણીની ન કરો જીવનસાથીને લહાણી.

૨. પ્રશંસાનો ગુલદસ્તો જીવનસાથીને આપો ને ચહેરો હંમેશાં રાખો

સ્મિત સભર.

૩. જીવનસાથીને કરતા રહેશો તંગ તો ખતમ થઈ જશે દામ્પત્યની પ્રસન્નતાનો રંગ.

૪. વાતો હશે નાની નાની પણ એને અપાશે વ્યર્થ મહત્ત્વ તો બનશે મોટી હાનિ.

જીવનસાથીની મર્યાદાને 'છતી' કરવાની જગ્યાએ શીખો એને 'જતી' કરવાનું.

૭૫. ખુશીદાતા બનીએ

ડેલ કાર્નેગી...

એણે એક વાર્તામાં એક ખેડૂત સ્ત્રીની વાત કરી છે.

એક ખેડૂત સ્ત્રી.

એક દિવસ આખો દિવસ ખૂબ મહેનત કરી અને પછી ઘરના પુરુષો સામે ઘાસનો ઢગલો ખડકી દીધો.

ઘરના પુરુષો...

ખૂબ જ ભૂખ્યા હતા અને એમની અપેક્ષા હતી સ્વાદિષ્ટ ભોજનની. એ સમયે સ્વાદિષ્ટ ભોજનની જગ્યાએ એમની સામે ખડકાયો હતો સૂકા ઘાસનો ઢગલો. એ જોઈને તેઓ ખૂબ જ ગુસ્સે થઈ ગયા. એમાં જે સ્ત્રીનો પતિ હતો એણે સ્ત્રીને કહ્યું, 'તારું મગજ બગડી ગયું છે કે શું ? આ ઘાસ એ કંઈ ખાવાની વસ્તુ છે ?'

એ સમયે પેલી સ્ત્રીએ કહ્યું, 'ઓહ... શું આજે તમારું ધ્યાન આ બાબત ઉપર ગયું કે ઘાસ એ ખાવાની વસ્તુ નથી ? છેલ્લાં વીસ વીસ વર્ષથી હું તમારે માટે રસોઈ કરું છું. ખોરાક રાંધું છું. એ દરમિયાન તમારા મોઢેથી મેં એક પણ શબ્દ ક્યારે ય સાંભળ્યો નથી કે જેથી મને ખ્યાલ આવે કે તમે ઘાસ ખાઈ રહ્યા નથી.'

સ્ત્રીનો બળાપો એ બાબતનો હતો કે એ પુરુષોને કેવળ ખાવા સાથે જ લેવાદેવા હતી. ખાવા બનાવવાની સેવાની નોંધ લેવાની કે પ્રશંસાના બે શબ્દો કહેવાની ફુરસદ નહોતી.

શું આપણે પણ આવું કરીએ છીએ ખરા ?

કોઈના કરેલા કાર્ય તરફ થોડી પ્રશંસા... થોડી મહત્તા પ્રદાનની ભાવના... થોડું સ્મિત અને થોડીક આત્મીયતા એ વ્યક્તિને અને તેના કાર્યને ગૌરવવાળું બનાવી દેશે.

માણસે ખુશીભૂખ્યા બનવાની સાથે ખુશીદાતા પણ બનવાની જરૂર છે ને ?

૭૭. એક અનોખી લગ્નભેટ

આવતી કાલે સોનલનો જન્મદિવસ હતો.

હમણાં જ સુમન સાથે એનાં લગ્ન થયેલાં.

સુમન આમ તો સ્નેહાળ પણ જલદી ઉગ્ર થઈ જાય.

એણે સોનલને પૂછ્યું, 'આવતી કાલે તારી વર્ષગાંઠ છે... બોલ તારે માટે શી ભેટ લાવું ?'

સોનલે કહ્યું, 'કાલે કહીશ.'

'કાલે... ? કાલે તો તારી વર્ષગાંઠ... કાલે તું કહે પછી હું 'ગિફ્ટ' લેવા જઉં ? મને એવી નવરાશ નથી.' સુમને ગુસ્સે થઈને કહ્યું.

બીજો દિવસ.

સુમને સોનલને 'હેપી બર્થ ડે' કહીને છાપું વાંચવાં માંડ્યું. ત્યાં સોનલ એની પાસે આવી અને કહ્યું, 'સાંભળો છો ? ગઈ કાલે તમે મને 'ગિફ્ટ' માગવાનું કહ્યું હતું ને... તો આજે કંઈક માગું છું તમારી પાસે.'

'પણ આજે હવે તારે માટે 'ગિફ્ટ' લેવા જવાનો મારો મૂડ નથી.' સુમને ઉદાસીનતાથી કહ્યું.

'અરે પણ મારે જે ભેટ જોઈએ છે એ તમારે બજારમાં લેવા જવાની નથી. એ તો ઓલરેડી તમારી પાસે જ છે. માત્ર તમારે એ મને આપવાની છે.' સોનલે કહ્યું.

સુમને છણકો કરીને કહ્યું, 'મારી પાસે ગિફ્ટ તરીકે આપી શકાય એવું કશું સ્ટોકમાં પડ્યું નથી. હું તને અત્યારે શું આપવાનો ?'

'હું તમારી પાસે બીજું કશું જ માગતી નથી. મારે તો જોઈએ તમારું સ્મિત... મારે તો જોઈએ તમારો ઉમળકાથી હરખભર્યો ચહેરો. હું જુદા ઘરનું પાણી હતી. અને તમે જુદા પરિવારનું પાણી. લગ્ન પછી બંને પાણી ભેગાં થયાં એટલે એક બની ગયાં. હવે મને કહો કે કયું પાણી કયા ઘરનું ? આપણે ભેગાં રહ્યાં પણ ભેગાં થયાં નથી.' સોનલે કહ્યું.

સોનલને જોઈતું હતું હૃદયનું ભેગાપણું.

જે દામ્પત્યજીવનને મહેકાવે.

હતી ને લગ્નજીવન માટે આ અનોખી ભેટ ?

૭૭. સબકા દાતા રામ

'અજગર કરે ના ચાકરી
પંછી કરે ના કામ.
દાસ મલુકા યું કહે.
સબકા દાતા રામ.'

આ 'દાસ મલુકા' એટલે બિહારના સંત મલુકદાસ.

એમના જીવન વિષે એક કથા પ્રચલિત છે.

આ મલુકદાસના મનમાં 'ભગવદ્‌ગીતા'માંની કૃષ્ણવાણીની કસોટી કરવાની ઇચ્છા જાગી.

કૃષ્ણે કહ્યું છે કે જે ભક્ત પોતાનાં સર્વ દુઃખ અને સુખ મને અર્પણ કરી નિસ્પૃહતાથી જીવે છે એના યોગક્ષેમની ચિંતા હું કરું છું.

એમણે સાંભળ્યું હતું કે ભગવાન ભૂખ્યો ઉઠાડે છે પણ ભૂખ્યો સુવાડતો નથી. એટલે એમણે નિર્ણય કર્યો કે જ્યાં સુધી જબરજસ્તીથી ઝાડ ઉપરથી ઉતારીને પોતાને કોઈ ન જમાડે ત્યાં સુધી પોતે જમશે નહીં. આવું નક્કી કરીને તેઓ તો જંગલમાં જઈને ઝાડ ઉપર ચડીને બેસી ગયા.

એક દિવસ.

બીજો અને ત્રીજો દિવસ.

ચોથા દિવસે એક માણસ એના પરિવાર સાથે ઝાડ નજીક જમવા બેઠો. ત્યાં સાવજની ઘુરૂરાટી સંભળાઈ. ભયના માર્યા સૌ ભોજન છોડીને ભાગી ગયા. થોડો સમય વીત્યો.

ત્યાંથી કેટલાક બહારવટિયા નીકળ્યા.

એમણે તૈયાર ભોજન જોયું અને જમવા બેઠા.

પણ હાથમાં કોળિયો લેતાં એવો વિચાર આવ્યો કે આ ભોજનમાં ઝેર તો નહીં હોય ને?

ત્યાં એક વ્યક્તિની નજર ઝાડ ઉપર બેઠેલા મલુકદાસ ઉપર પડી. એને નીચે ઉતારી બળજબરીથી જમાડ્યો.

પછી એને કશું ન થતાં સૌ જમ્યાં.

તે દિવસથી મલકુદાસ સંત મલુકદાસ બન્યા.

૭૮. જૂનું ખંખેરો અને નવું મેળવો

ગરુડને જોયું છે ને ?

એના જીવન વિશે જાણો છો ?

ગરુડની જીવનયાત્રા...

જાણવા જેવું છે એનું જીવન.

ગરુડ ચાલીસથી સિત્તેરનું થાય ત્યાં સુધીમાં એની ચાંચ વાંકી વળી જાય છે અને પગના પંજા જેનાથી એ શિકારને પકડતો હોય એ પંજા ઢીલા પડી જાય છે. ધીમે ધીમે આ ગાળામાં એનાં પીંછાં ભારે થવા માંડે છે એટલે ઊડવું એના માટે અઘરું બની જાય છે.

આવી પરિસ્થિતિમાં પણ ગરુડ હારતું નથી.

ડિપ્રેશનમાં જતું નથી.

એવા તબક્કે એ એક એવો નિર્ણય કરે છે જેને કારણે એની જિંદગીમાં બીજાં ત્રીસ વર્ષ ઉમેરાય છે.

એનો આ નિર્ણય જાણવા જેવો છે.

એનો નિર્ણય છે : 'જૂનું ખંખેરો અને નવું મેળવો.'

દૂર ઊંચે શિખર ઉપર બેસી ગરુડ પોતાનાં એક પછી એક ભારે પીંછીને તોડી નાખે છે.

પોતાની વળી ગયેલી ચાંચને એ ઘસી ઘસીને તીણી કરે છે અને પોતાને ફરી સક્ષમ નવા પીંછાં ઊગે એની રાહ જુએ છે.

પાંચથી છ મહિનામાં ગરુડ નવાં પીંછાં સાથે બીજાં ત્રીસ વર્ષ જીવે છે.

એની સામે આપણે ?

સિત્તેર વર્ષે આપણે આપણા ભૂતકાળને વધુ ને વધુ વાગોળીએ છીએ.

ખરેખર તો એ સમયે ગરુડ પીંછાં ખંખેરે એમ આપણે આપણા ભૂતકાળને ખંખેરીને ફરી ટટ્ટાર બની જઈએ તો ?

૭૯. ચોખો...ચોખ્ખો ?

ચોખો...

નામે ચોખ્ખો...ગુણે ચોખ્ખો...સ્વાદે મીઠો અને જાતમાં પૂરો.

ચોખો દેવદેરે ચઢે.

ચોખો પૂજનમાં વપરાય.

ચોખો જીતના વધામણે ઉછળે.

લગ્નની વેદીમાં, જીવન-મરણના સાથના વાયદામાં સાક્ષી પૂરે.

આ ચોખો.

આ શ્રેષ્ઠ ચોખો એકવાર કુસંગે ચઢ્યો.

દાળના સંગમાં ગયો.

એની સાથે ઉકળ્યો, બફાયો અને ખીચડી બન્યો.

આમ કરતાં જાત ખોઈ...વાન ખોયો.

દરેક ઠેકાણે મળતાં માન ખોયા.

અને સામાનય્ ખાણામાં પરિવર્તિત થયો.

સંગતની આ તે કેવી વિપરીત અસર ?

ચોખાએ પોતાનો મૂળ ગુણધર્મ ખોયો.

આપણું મન પણ આ ચોખા જેવું.

આમ તો ચોખ્ખું...ગુણે ઉદાત્ત.

પણ જીવનમાં એ કોના સંગે ચઢે છે તે જોવું ઘણું જરૂરી.

બાકર બચ્ચામાં ઉછરતું સિંહનું બચ્ચું.

મોટું થાય અને બેં...બેં... કરે તો ?

કેવી હાલત થાય પેલા સિંહ-સિંહણની ?

આવી જ હાલત આપણા અધઃપતને ઉપરવાળાની નહીં થતી હોય શું ?

સંસ્કાર... સભ્યતા... આદર... માન જેવા મૂળભૂત લક્ષણો ગુમાવી આપણું મન કુસંગે ચઢી ખીચડી બની જાય તો ?

આવો, આપણે જાળવીએ ચોખાનું ચોખ્ખાપણું.

મનનું ઉદાત્તપણું...

૭૦. ટાંકણાના ઘા...

શિલ્પીને પોતાની નજીક આવતો જોઈ પથ્થર પોતાના ભાગ્ય ઉપર હરખી ગયો.

પથ્થરે શિલ્પીને વિનંતી કરી, 'ભાઈ, મારા ભાગ્યને સુધાર. લોકોની ઠોકરો ખાઈ ખાઈને હું હવે કંટાળી ગયો છું. તું તારી કળાનો ઉપયોગ કરી મારું સ્વરૂપ એવું કર કે લોકો ઠોકર મારવા બદલ પસ્તાય ને મારી પૂજા કરે.'

શિલ્પીએ પથ્થરની વાત સાંભળી.

પછી એણે એને કહ્યું, 'ભલે, મિત્ર ! હું હવે તારી એવી સુંદર મૂર્તિ બનાવીશ કે તને જોઈને રાજા-મહારાજા તારી પૂજા કરશે. પરિણિતાઓ પોતાના કોડ પૂરા કરવા બાધા રાખશે અને અરમાનભર્યાં યુવાહૈયાં પુષ્પ-ચંદન-ધૂપથી તારી અર્ચના કરશે.'

પથ્થર પોતાના પલટાયેલા કિસ્મતને જોઈને ધન્ય થયો. શિલ્પીએ ટાંકણું ઉઠાવ્યું અને મૂર્તિ ઘડવા બેઠો.

પથ્થર ઉપર હથોડીના ઘા જેમ જેમ ઝીંકાતા ગયા તેમ તેમ પથ્થરની વેદના વધવા લાગી. વેદના અસહ્ય બનતાં એનાથી બેસી પણ જવાયું, 'અરે શિલ્પી, તારા ટાંકણાના ઘા મને ખૂબ જ વાગે છે... ખૂબ પીડા થાય છે મને...'

પણ પથ્થરમાંથી મૂર્તિ બનવું હોય... પૂજાનું સ્થાન બનવું હોય તો ઘા તો સહેવા જ રહ્યા.

આપણે પણ...

વિધાતાના ટાંકણાથી... દુઃખના ટાંકણાથી ટંકાઈશું તો જ પૂજાના સ્થાને પહોંચીશું ને ?

પણ પેલા પથ્થરની જેમ ટાંકણાના ઘા પડતાં જ બૂમાબૂમ કરીશું તો ?

ઉપર જવાશે ખરું ?

પૂજાવાને યોગ્ય થવાશે ખરું ?

૭૧. મુરલીનું નિર્મોહીપણું

રાધાને કનૈયાની વાંસળી વેરણ લાગતી.

રાધા કહેતી : 'આ વાંસળીમાં એવું તે શું છે કે કૃષ્ણ એને એક ક્ષણ પણ પોતાનાથી અળગી નથી કરતા ?'

રાધા ગુસ્સે થાય એટલે કનૈયો કહેતો, 'વાંસળી મને સૌથી પ્યારી. મને એના ઉપર પાર વિનાનું હેત.'

પછી રાધાને ઉદ્દેશીને કહેતો, 'તું તો ક્યારેક પણ વાંસળીની ઈર્ષ્યા કરે, પણ એને તારી ઈર્ષ્યા કદી નહીં. આ વાંસળી મારી ફૂંકે સૂરોનું અદ્‌ભુત સંગીત પેદા કરે પણ છતાં એ ક્યારેય મને એવું ન કહે કે 'કાન, તું મારો ! એ તો સદા એમ જ કહે કાન હું તારી...'

મમ્...હું... મારુંના વિષચક્રમાં ફસાયેલા આપણે સૌએ આ વાંસળીની વાતને સમજવા જેવી છે. વાંસળી મંત્રમુગ્ધ કરી દે એવા સૂરને રેલાવે અને છતાં કહે... આમાં મારું શું ? આ તો કનૈયાની ફૂંકનો પ્રતાપ છે. હું તો પોલી વાંસળી... મારું કશું જ નહીં. જે છે એ બધું કાનાનું છે. ફૂંક પણ એની... સૂર પણ એનો અને હું પણ એની.

આવી નિર્મોહી વાંસળી કાનાને રાધાથી પણ પ્યારી કેમ ન હોય ?

પરમાત્માને પોતાનો ઠેકો... ઇજારો માની બેઠેલા ઇજારદારોએ વાંસળી કે મુરલીનું નિર્મોહીપણું કેળવ્યું છે ખરું ? અને એવું અહંકારરહિત જીવન જીવવાની ઇચ્છા કરી છે ખરી ?

આવો આપણે કેળવીએ મુરલીનું નિર્મોહીપણું !

૭૨. માની વાત

નાની ગ્રીવા.

આજે એ જીદે ચઢી.

એની એક જ રટણા હતી, 'મા, હજી વધુ. દૂધ આપ... હજી વધારે.'

માએ એને સમજાવ્યું, 'બેટા, તારા કપમાં સમાય એટલું દૂધ તો મેં તને આપ્યું છે. હવે તું વધુ દૂધ ના માંગ, નહીં તો દૂધ ઢોળાઈ જશે.'

પણ ખબર નહીં આજે આ નાનકડી ગ્રીવાને શું થયું હતું? એ સમજવા તૈયાર જ નહોતી. જ્યારે માએ એને દૂધ ના આપ્યું ત્યારે એણે જાતે લીધું અને જાતે લેવામાં ભરેલો પ્યાલો છલકાઈ ગયો અને કેટલુંક દૂધ ઢોળાઈ ગયું.

ઢોળાયેલા દૂધને જોઈને એ રડવા બેઠી. બોલી, 'મા, મારું દૂધ ઢોળાઈ ગયું.'

માએ કહ્યું, 'મેં તને કહ્યું હતું ને કે કપમાં વધુ લેવા જઈશ તો ઢોળાઈ જશે.'

ગ્રીવા પૂછે, 'પણ કેમ ?'

'આ કેમ ?' પ્રશ્ન આપણે આપણી જાતને પૂછીશું ?

આપણી દોડ ધન-સંપત્તિ અને ઐશ્વર્ય મેળવવા તરફ... મળ્યું એનાથી વધારેની માંગણી. વધુ ને વધુ મેળવવા જતાં જ્યારે એ ખરાબ પરિણામો તરફ ધકેલે ત્યારે પછી અફસોસ કરીએ. જેટલું સુખ અને જેટલું દુઃખ કર્મના નિયમોને અધીન રહીને નિયંતાએ આપણા નસીબમાં નક્કી કર્યું છે, તેટલું જ મળવાનું છે. તેનાથી સહેજે વધારે કે ઓછું નહીં.

પણ આપણે માની જેમ નિયંતાની વાત માનીએ તો ને ?

૭૩. સાદ તેવો પ્રતિસાદ

એક નાનો બાળક.

કોઈ કારણસર એની માથી નારાજ થયો.

ક્રોધના આવેગમાં એણે માને કહી દીધું, 'હું તને ધિક્કારું છું.'

અને પછી એ ઘરની બહાર નીકળી ગયો. ઘરની પાછળ મોટા પહાડ અને ખીણો હતી. બાળક એક મોટા પહાડની સામેના એક વિશાલ પથ્થર ઉપર બેઠો. તેનો ગુસ્સો હજી એવો ને એવો જ હતો. એના આવેશમાં એણે મોટેથી બૂમ પાડી, 'હું તને ધિક્કારું છું.'

બાળક તો આટલું બોલીને ચૂપ થઈ ગયું. પરંતુ સામેની ખીણ અને પહાડ સાથે અથડાઈને તેનો જ અવાજ પડઘો બનીને ગૂંજી ઉઠ્યો : 'હું તને ધિક્કારું છું.'

બાળકને આ સાંભળી આશ્ચર્ય થયું. ડર પણ લાગ્યો. તેને થયું કે પહાડની ખીણોમાંથી કોઈ પોતાને કહી રહ્યું હતું 'હું તને ધિક્કારું છું.'

એણે ફરી બૂમ પાડી...અને એ જ પડઘો. બાળક થોડીવારે ઘરે પાછો આવ્યો. મા પ્રત્યેનો ગુસ્સો હવે શાંત થઈ ગયો હતો. એ કાંઈક ભયથી ભરેલો હતો. એણે ઘેર આવીને માને કહ્યું : 'મા ! સામેના પહાડોમાં કોઈ ખૂબ નઠારો છોકરો રહે છે એ મને વારંવાર કહે છે : હું તને ધિક્કારું છું.'

માએ બાળકને પૂછ્યું, 'બેટા, તેં એ બાળકને શું કહ્યું હતું ?' બાળકે પોતે જે કહ્યું હતું તે સાચું જ કહી દીધું.

હવે માએ બાળકને કહ્યું, 'બેટા, તું ડરીશ નહીં. તું એમ કર. ફરી એક વાર પહાડની પાસે જા. જે જગ્યાએ બેઠો હતો ત્યાં જ બેસીને આ વખતે બોલજે, 'હું તને ચાહું છું.'

બાળકે માએ સૂચવ્યું હતું એવું જ કર્યું. એને જવાબ મળ્યો. 'હું તને ચાહું છું.' ફરી એક વાર અને એ જ જવાબ.

બાળક ખુશ થઈ દોડતો ઘરે આવ્યો અને માને પોતાનો અનુભવ જણાવ્યો. માતાએ પુત્રને સમજાવ્યો, 'બેટા, પહાડમાં જે બને છે તે જ જીવનમાં પણ બને છે.' 'સાદ તેવો પ્રતિસાદ.'

તમે સમાજ સાથે જેવો વ્યવહાર કરો તેવો જ વ્યવહાર તમને સામેથી મળશે. ધિક્કાર ફેલાવો તો ધિક્કાર. સ્નેહ ફેલાવો તો સ્નેહ.

૭૪. કીડીની શીખ

એક માણસ.

એ એક દિવસ એક સંત પાસે ગયો.

એની ફરિયાદ હતી, 'બાપજી, હું આખી દુનિયાથી થાકી ગયો છું. આ દુનિયામાં કશું જ સારું નથી. બધા જ માણસો સ્વાર્થી, લુચ્ચા, બદમાશ અને લેભાગુ છે. મને મારી જિંદગીમાં નાલાયક લોકો જ મળ્યા છે.'

સંતે એને કંઈ જવાબ ન આપ્યો.

ફક્ત એમણે એની વાતને સાંભળ્યા કરી.

પછી એને કહ્યું, 'ચાલ મારી સાથે.'

સંત ઝૂંપડામાં ગયા. એક વાટકીમાં થોડીક ખાંડ લીધી. પછી થોડું મીઠું લીધું એને વાડકીમાં ખાંડ સાથે ભેગું કર્યું. વાટકીમાં ખાંડ અને મીઠું ભેગાં થઈ ગયા હતાં.

એ વાટકી માણસને બતાવીને સંતે કહ્યું કે, જો જિંદગી આવી છે. થોડીક ખારી, થોડીક મીઠી.

પછી સંત એ માણસને ઝૂંપડીની બહાર એક ઝાડ પાસે લઈ આવ્યા. ઝાડના થડ પાસે કીડીઓનું દર હતું. સંતે ખાંડ અને મીઠાનું મિશ્રણ કીડીઓના દર નજીક રાખી દીધું. ધીમે ધીમે કીડીઓ બહાર આવી અને મિશ્રણમાંથી ખાંડના કણો ઉઠાવી ગઈ.

છેલ્લે માત્ર મીઠું બચ્યું એ બતાવીને સંતે એને કહ્યું, 'આ કીડીઓને જો. તને જિંદગીની સમજ આવી જશે. જિંદગીમાં મીઠું પણ છે અને ખાંડ પણ છે. તમને માત્ર ખાંડને ઓળખતાં આવડવું જોઈએ. સારા અને ખરાબના મિશ્રણમાંથી તમે જે જોશો એ જ તમને દેખાશે.'

જિંદગીમાં બધું જ સારું ક્યારેય નહીં હોવાનું પણ જો આપણે એમાંથી સારું જોઈશું તો બધું જ સારું દેખાશે અને વાંક જોઈશું તો બધું વાંકું જ દેખાવાનું.

૭૫. દરેક જીવ મૂલ્યવાન

સત્યવાન નામે એક રાજા.

એણે એક વાર પોતાના સેવકોને આજ્ઞા કરી, 'જાવ, આપણા નગરમાં બિનજરૂરી હોય એવા કેટલા જીવજંતુ છે એની તપાસ કરો.'

નગરસેવકો નીકળી પડ્યા. ખૂબ તપાસ પછી એઓ એવા તારણ ઉપર આવ્યા કે નગરમાં 'કરોળિયો' અને 'જંગલી માખી' એ બિનજરૂરી જીવજંતુ છે. એમણે જઈને રાજાને જાણ કરી.

રાજાએ ફરમાન કર્યું કે નગરમાં જેટલા કરોળિયા અને જંગલી માખી દેખાય એનો નાશ કરો. સેવકોને રાજાની આવી આજ્ઞાથી આશ્ચર્ય થયું, પણ રાજઆજ્ઞાનો ભંગ તો કેવી રીતે કરાય ? એમણે આ કામ પૂરું કરવા માટે એક મહિનાની મુદત માંગી.

એ દરમિયાન બીજા એક રાજાએ આ રાજાના નગર ઉપર હુમલો કર્યો અને રાજાને હરાવ્યો. પોતાનો જીવ બચાવવા રાજા જંગલમાં ઘૂસી ગયો. પાછળ પેલા રાજાના સિપાઈઓ પણ આવતા જ હતા.

સત્યવાન જંગલમાં ખૂબ દોડ્યો હોવાથી થાકી ગયો અને ઝાડ નીચે આરામ કરવા બેઠો. ત્યાં જ આરામ કરતાં કરતાં ક્યારે ઊંઘ આવી ગઈ એની એને ખબર જ ના પડી.

અચાનક જ એક જંગલી માખીના એના નાક ઉપર મરાયેલા ડંખે એને જગાડી દીધો ત્યારે જ એણે દૂરથી દુશ્મન સિપાઈનો અવાજ સંભળાયો. સાવધ બનેલો એ નજીકમાં આવેલી ગુફામાં સંતાઈ ગયો.

સત્યવાન જેવો ગુફામાં ઘૂસ્યો એની થોડી જ ક્ષણોમાં એક મોટા કરોળિયાએ ત્યાં પોતાનું જાળું બનાવી દીધું.

શત્રુના સિપાઈઓ જ્યારે ગુફા પાસે ગયા ત્યારે ત્યાં કરોળિયાના જાળાને જોઈને સિપાહીઓને થયું કે નક્કી રાજા અહીંયા ના જ છુપાયો હોય અને આમ સત્યવાનનો જીવ બચી ગયો.

સત્યવાને વિચાર્યું : હું જેને બિનજરૂરી ગણીને જેમનો નાશ કરવા માગતો હતો એમણે જ મારો જીવ બચાવ્યો.

ટૂંકમાં, સૃષ્ટિ ઉપર જન્મ લેનાર પ્રત્યેક જીવનું ચોક્કસ મૂલ્ય હોય છે.

૭૭. કુકર્મ તરફ વળતા અટકાવતું રેડ સિગ્નલ

એક મહાત્મા...

પોતાના શિષ્યો સાથે જંગલમાં જ આશ્રમ સ્થાપીને રહે.

ક્યારેય તે નગરમાં ન જાય.

સદાય એમની સાધનામાં જ વ્યસ્ત અને મસ્ત.

એમનું શિષ્યમંડળ વૈવિધ્યવંતું.

એમાં એક શિષ્ય જરા વધારે ચંચળ.

નગરજીવનનું એને ખૂબ જ આકર્ષણ.

એક વાર એણે પોતાના ગુરુ એવા આ મહાત્માને વાતવાતમાં કહ્યું, 'ગુરુદેવ, ચાલોને આપણે નગરમાં ફરવા જઈએ.'

મહાત્મા શિષ્યની મનોવૃત્તિને પામી ચૂકેલા. એમણે શિષ્યને કહ્યું, 'વત્સ, મને તો મારી સાધનામાંથી સમય જ નથી મળતો, પણ હા... તું તારી ઇચ્છા હોય તો નગરમાં જઈ શકે છે.'

શિષ્ય તો નગરજીવનને માણવા નીકળી પડ્યો. નગરની ઝાકઝમાળે એને ખૂબ પ્રભાવિત કર્યો. આ ભૌતિકવાદની દુનિયા એને ગમવા માંડી. ફરતાં ફરતાં એની નજર એક ઊંચી ઈમારતની છત ઉપર ગઈ. ત્યાં એણે જોયું તો એક સ્વરૂપવાન યુવતી કપડાં સૂકવી રહી હતી. એને જોઈને એનું ચિત્ત વ્યાકુળ બની ગયું.

જ્યારે એ આશ્રમમાં પાછો આવ્યો ત્યારે એના ચહેરા ઉપર ઉદાસી હતી. શિષ્યની આ ઉદાસીનતાએ ગુરુને તો તરત જ સમજાવી દીધું કે શિષ્ય કોઈ તરફની કામવાસનાનો શિકાર બનીને આવ્યો છે, પણ તેની વ્યાકુળતા એમનાથી દેખી ના ગઈ. એમણે શિષ્યને પોતાની પાસે બોલાવ્યો અને એની ઉદાસીનતાનું કારણ જાણ્યું.

એ પછી ગુરુએ નગરમાં તપાસ કરાવી તો જે યુવતી તરફ શિષ્યના મનમાં આકર્ષણ જન્મ્યું હતું એ કોઈ શેઠની પત્ની હતી. મહાત્માએ એ શેઠ અને એની પત્નીને આશ્રમમાં બોલાવ્યાં અને શેઠની પત્ની પોતાના શિષ્યને સોંપતા ફક્ત એટલું જ કહ્યું, 'વત્સ, આ યુવતીને મેળવ્યા પછી

એક રાતમાં તારું મૃત્યુ થશે.'

જેને પોતે અંતરથી ખૂબ ઇચ્છતો હતો, જેની ઝંખનામાં એનું મન ઉદાસ બની ગયું હતું એ યુવતી જ્યારે સામે હતી અને એની સાથે થોડો સમય વિતાવ્યો ત્યારે શિષ્યના મનમાં બીજા દિવસની સવારે પોતાના થનારા મૃત્યુ વિશે ચિંતન ચાલતું હતું.

અને એને જ કારણે એ યુવતી સાથે એનાથી કોઈ પણ પ્રકારનું કુકર્મ ના થયું.

સવાર થતાં જ શિષ્યને પોતાની ભૂલ સમજાઈ ગઈ.

મહાત્માનાં ચરણોમાં પ્રાયશ્ચિત્ત કરતાં તે રડી રહ્યો હતો.

મૃત્યુના ચિંતને એને ખોટા માર્ગે જતાં અટકાવ્યો હતો.

મૃત્યુનું ચિંતન.

એક એવું રેડ સિગ્નલ.

જીવનને એ કુકર્મનાં ભયસ્થાનોથી અટકાવે છે

૭૭. કોઈ કામ નાનું નથી

મહાભારતનો એક પ્રસંગ.

ધર્મરાજ યુધિષ્ઠિરે રાજસૂય યજ્ઞનું આયોજન કર્યું.

સૌને એ વાતની ખબર હતી કે આવા યજ્ઞમાં ભાગ લેવો, આવા યજ્ઞમાં કોઈ પણ પ્રકારે યોગદાન કરવું એટલે મનની શાંતિની પ્રાપ્તિ. આત્માના કલ્યાણનો યોગ. આ વાતને જાણનાર સૌ કોઈ એ યજ્ઞમાં ભાગ એવા આવી રહ્યા હતા.

અનેક રાજા-મહારાજાઓએ પોતે એ યજ્ઞમાં કઈ કઈ રીતે સહકાર આપશે એ જણાવ્યું.

ત્યાં ભગવાન શ્રીકૃષ્ણ પણ હાજર હતા.

એમણે કહ્યું, 'આ યજ્ઞમાં બધા જમી રહેશે એ પછી જે એંઠવાડ પડ્યો હશે એ ઉપાડીને જગ્યાને સાફ કરવાની જવાબદારી હું સંભાળીશ.'

સૌ આ સાંભળી આશ્ચર્યચકિત.

આ કામ ભગવાનને માટે યોગ્ય નહોતું.

આ કામ તો એકદમ નાના માણસનું કામ હતું.

એટલે યુધિષ્ઠિરે પ્રણામ કરીને ભગવાનને કહ્યું, 'ભગવાન, આ કામ તો ખૂબ નાનું કામ છે, આપને માટે એ યોગ્ય કામ નથી.'

આ સાંભળી ભગવાને કહ્યું, 'કોઈ કામ નાનું નથી. વાહ વાહ કરાવવા માટે કે પ્રશંસા પ્રાપ્ત થાય એવાં જ કામ એ મોટાં કામ નથી.'

'નિષ્કામભાવથી પૂર્ણ મનોયોગથી કરેલાં કામ જ આત્મોદ્ધારક કહેવાય.' એ ભગવાને બતાવ્યું.

યજ્ઞનો અર્થ જ થાય છે બાહ્ય અને આંતરિક સ્વચ્છતા. મંદિરમાં કળશનું જેવું અને જેટલું મહત્ત્વ છે એવું અને એટલું જ મહત્ત્વ પાયાના પથ્થરનું પણ છે જ.

કોઈ પણ કામ કરતી વખતે આ નિષ્ઠા આપણામાં કેળવાય તો ?

૭૮. મહારાજાનો કેવો ન્યાય !

પંજાબના મહારાજા રણજિતસિંહ.

એક વાર રસાલા સાથે માર્ગ ઉપરથી પસાર થતા હતા.

અચાનક તેમના પર એક પથ્થર આવીને પડ્યો.

પથ્થર એમને વાગ્યો.

એ સાથે જ સૈનિકોમાં દોડધામ મચી ગઈ.

કોણે આવું દુષ્કૃત્ય કરવાની હિંમત કરી એ જાણવા સૈનિકો આજુબાજુમાં તપાસ કરવા લાગ્યા.

થોડી વારમાં એક વૃદ્ધાને તેમની સાથે લઈને આવ્યા.

મહારાજા સમક્ષ એને રજૂ કરી ત્યારે એ વૃદ્ધાએ મહારાજાને કહ્યું, 'રાજાસાહેબ, આપે મને જે સજા કરવી હોય એ કરી શકો છો. મારો પૌત્ર ભૂખ્યો હતો અને એણે વૃક્ષ ઉપરથી ફળને તોડવા પથ્થર ફેંક્યો જે આપને વાગી ગયો છે.'

મહારાજા રણજિતસિંહ.

વૃદ્ધાની વાત એમણે સહેજ પણ ગુસ્સે થયા વગર સાંભળી અને પોતાના દરબારીઓને કહ્યું, 'આ વૃદ્ધાને ઇનામ આપો.'

સૌ આશ્ચર્યમાં... !

સૌને થયું કે મહારાજાને પથ્થર ફેંકી ઈજા પહોંચાડનાર મહિલાને સજાને બદલે ઇનામ... ! કેવો ન્યાય મહારાજનો !

મહારાજા સાથે રહેલા એક દરબારીથી રહેવાયું નહીં. એ બોલી ઊઠ્યો, 'મહારાજ ! આ આપનો કેવો ન્યાય ?'

મહારાજાએ હસીને કહ્યું, 'જો આ વૃક્ષ પથ્થર મારવા સામે ફળ આપતું હોય તો હું તો રાજા છું. મારા રાજ્યમાં ભૂખ્યા બાળકને ખાવા માટે પૈસા આપવા જ પડે !'

આવો હતો મહારાજાનો ન્યાય !

૭૯. મોહનો માર

ભગવાન ઋષભદેવ.

અજનામ ખંડના ચક્રવર્તી રાજા.

એમને સો પુત્રો જેમાં જ્યેષ્ઠ પુત્રનું નામ ભરત.

આ ભારતને વૈરાગ્ય ઉત્પન્ન થયો અને પોતે પાટવીકુંવર હોવા છતાં રાજમહેલના તમામ વૈભવોને ત્યાગી મોક્ષપ્રાપ્તિ માટે ગંડકી નદીને કિનારે તપ કરવા લાગ્યા.

તપ કરતાં કરતાં એમણે એક વાર એક મૃગલીનું તાજું પ્રસવ પામેલું નિરાધાર બચ્ચું નદીના પાણીમાં તણાતું જોયું. અને એની ઉપર દયા આવવાથી એને બચાવ્યું તથા પોતાની પાસે રાખ્યું. સતત પાસે રહેતું આ બચ્ચું ભરતને વ્હાલું લાગવા માંડ્યું. એની ઉપર સ્નેહ વધતાં ધીમે ધીમે એમના ધ્યાનના કેન્દ્રમાં પરમાત્માની જગ્યાએ બચ્ચું જ રહેતા લાગ્યું અને પરિણામ એ આવ્યું કે જીવનના અંતકાળે તેમના મનમાં પરમાત્માના ચિંતવનને બદલે મૃગલીના બચ્ચાનું ચિંતવન હોવાથી નવો જન્મ એમને મૃગલીનો મળ્યો. એટલે કે પશુયોનિમાં જન્મવું પડ્યું.

ત્યાર પછી તેઓ માણસને ઘેર જન્મ્યા પણ જડભરતની જેમ જીવન જીવ્યા. એ પછીના જન્મે ફરીથી મનુષ્ય જન્મ પ્રાપ્ત કરી પ્રત્યક્ષ પરમાત્માના અખંડ યોગમાં રહી મોક્ષપ્રાપ્તિ કરી.

મોહ અથવા માયાનું તત્ત્વ આવું છે.

મોહના ફંદામાં ફસાનાર પોતે મોહાભિમુખ થઈને ઈશ્વરથી વિમુખ થતો જતો હોય છે.

૮૦. ખરે ટાણે હુન્નર ખપ લાગ્યો

આજનું શિક્ષણ.

ધીમે ધીમે પુસ્તકિયું વધુ અને વ્યાવહારિક ઓછું બની રહ્યું છે.

આજે જાણે આપણી શિક્ષણપદ્ધતિને લૂણો લાગવા માંડ્યો છે.

નર્યું પુસ્તકિયું જ્ઞાન બાળકના મગજમાં પડેલી સર્જનની કુદરતી શક્તિને અકાળે કરમાવી રહ્યું છે.

આજના શિક્ષણમાં જીવન જીવવામાં મદદરૂપ થાય એવા હુન્નરની તાતી જરૂરિયાત છે.

દરેક બાળકમાં પડેલી શક્તિને પરખીને એને કોઈ હુન્નર તરફ વળાય તો ?

આ સંદર્ભને પ્રગટ કરતી એક વાર્તા આ રહી.

એક રાજકુમાર.

એને એકતરફી પ્રેમ થઈ ગયો એક કઠિયારાની રૂપસુંદર દીકરી સાથે.

પોતે રાજકુંવર છે એટલે ગરીબ કઠિયારો થોડો પોતાને એની દીકરી સાથે પરણતાં અટકાવવાનો છે ?

એવા વિશ્વાસ સાથે એણે કઠિયારા પાસે જઈને એની દીકરી સાથે પરણવાનો પ્રસ્તાવ મૂક્યો.

પણ કઠિયારાએ રાજકુમાર સામે કોઈ હુન્નર શીખીને આવવાની શરત મૂકી.

કઠિયારાની દીકરી સાથે દિલથી પરણવા ઉત્સુક રાજકુંવર ચટાઈ બનાવવાનો હુન્નર શીખ્યો.

કઠિયારાએ પોતાની ગુણવંતી દીકરીનું રાજકુમાર સાથે લગ્ન કર્યું.

થોડા સમય બાદ.

રાજ્ય ઉપર દુશ્મન ચડી આવ્યા. લડાઈમાં રાજકુમારને જીવતો પકડી કેદી બનાવાયો. જેલમાં એને પૂછવામાં આવ્યું કે તે શું કામ કરશે કારણ કે કામ કરે તેને જ ખાવા મળે એવી શરત હતી. રાજકુમારે ચટાઈ બનાવવાનું કામ સ્વીકાર્યું.

રાજકુમારે સરસ ચટાઈઓ બનાવવા માંડી. એ ચટાઈના સારા દામ

મળતાં જેલના સ્ટાફને પણ એમાંથી ભાગ મળતો.

એક વાર લાગ જોઈને રાજકુમારે ચટાઈમાં ગુપ્ત સંદેશો તૈયાર કરીને પત્નીને મોકલ્યો. પોતે કઈ જેલમાં છે, ત્યાં કેટલા માણસો છે, જેલમાં કેટલા દરવાજા છે, દરેક દરવાજે કેટલા સૈનિકો ફરજ બજાવે છે એ બધું એણે સંકેતાત્મક રીતે પત્નીને જણાવ્યું.

આ વિગતોનો આધાર લઈને પોતાના વિશ્વાસુ સૈનિકોને સાથે રાખીને પેલી કઠિયારાની દીકરી જે હવે તો રાણી બની ગઈ હતી એ જેલ પર ત્રાટકી. અને પતિને જેલમાંથી છોડાવી લાવી.

ત્યારે રાજકુમારે એને કહ્યું, 'સાચે જ ખરે ટાણે મને મારો શીખેલો હુન્નર જ કામ લાગ્યો.'

તાત્પર્ય એટલું જ કે શિક્ષણને માત્ર પુસ્તકિયું બનાવવાને બદલે થોડું હુન્નરલક્ષી બનાવાય તો ?

૮૧. એક અનોખી જેલ

લખનૌ શહેર.

એમાં જવાનું થયું ત્યારે ત્યાંની એક અનોખી જેલ વિશે જાણ્યું.

જેલ... ? અને એ વળી અનોખી હોય ?

જેલમાં તો હોય વિધવિધ પ્રકારનાં કેદીઓ... ગુનેગારો... !

કેટલાક રીઢા ગુનેગાર હોય તો કેટલાક આવેશમાં આવીને ગુનો કરી બેઠા હોય અને પછી જેલમાં સજા ભોગવતા હોય.

આ જેલમાં આદરાયો છે એક અભિનવ પ્રયોગ.

આ જેલમાં જુદી જુદી જેલમાંથી જે સારી ચાલચલગતવાળા કેદીઓ હતા એમને ટ્રાન્સફર કરવામાં આવ્યા છે અને એમની ઉપર આદરાયો છે એક અનોખો પ્રયોગ.

લખનૌની આ જેલમાંથી રોજ સવારે સોએક કેદીઓને જેલના દરવાજાની બહાર લાઈનબંધ લવાય છે. એ દરેક કેદી સાઈકલ ઉપર પોતાના કામે જવા નીકળે છે. કેટલાક ખેતરમાં કામ કરે છે તો કેટલાક હાથસાળ પર કામ કરવા જાય છે. કેટલાક પાનને ગલ્લે તો કેટલાક વાળંદની દુકાને કામ કરે છે. લખનૌનું ખૂબ જાણીતું બેન્ડ પણ આ કેદીઓનું બનેલું છે. લગ્નપ્રસંગે બેન્ડના સૂરોની સાથે નાચતા જાનૈયા... બેન્ડનું સંગીત ખૂબ સુંદર હોય છે.

આ કેદીઓને એમના કામનું મહેનતાણું મળે છે જેને તેઓ કાં તો ભવિષ્યની સલામતી માટે બચાવે છે. અથવા તો એના દ્વારા પોતાના પરિવારને મદદ કરે છે. આમ તો કેદીઓને સામાજિક જીવનથી દૂર રખાતા હોય પણ આ અનોખી જેલમાં તો કેટલેક અંશે કેટલીક શરતોને આધીન લગ્નજીવન ભોગવવાનો હક્ક પણ અપાય છે. કેદીઓને જેલ બહારના લોકો સાથે હળવા-મળવાની છૂટ મળતી હોવાથી એક વાળંદ કેદી કોઈ છોકરીના પ્રેમમાં પડ્યો અને બેઉને લગ્ન કરવાની મંજૂરી જેલ સત્તાવાળાઓએ આપી. જેલમાં જ એમનો લગ્નસમારંભ પણ યોજાયો.

છેલ્લાં દસ વર્ષથી પ્રયોગાત્મક ધોરણે ચાલતી આ જેલનો કોઈ કેદી હજી સુધી ભાગી ગયો નથી. રોજ સાંજે કામ પરથી પાછા ફરેલા કેદીઓ સામે ચાલીને જેલમાં પ્રવેશવા માટે લાઈન લગાવતા હોય છે. પોતે કરેલા ગુનાનો પશ્ચાત્તાપ કરવાનો સાચો માર્ગ આ કેદીઓને મળી ગયો છે.

૮૨. પરમાર્થે જે ધાયા

વીસમી સદીની શરૂઆતનો એ સમય.

અમેરિકા આર્થિક મંદીની લપેટમાં આવી ગયેલું.

ચારે બાજુ ભૂખમરો... મૃત્યુના ઓળાથી સૌ ભયભીત.

એ સમયે સરકારે રાહત એજન્સીઓ શરૂ કરેલી.

એનો એક અધિકારી.

એક દિવસ એ દૂરના ગામડે પહોંચી ગયો.

ત્યાં જઈ એણે ભૂખે મરતા પરિવારોને ભરપૂર આર્થિક મદદ કરી.

અધિકારી આમ તો હતો સરકારી નોકર પણ એનામાં માણસાઈ લખલૂટ હતી.

અંદરતી એ જીવતો માણસ હતો અને એટલે જ આવી મદદ પહોંચાડતી વખતે એ પોતે અંદરથી ઊંડો સંતોષ પ્રાપ્ત કરતો.

દિવસભર જુદી જુદી વ્યક્તિઓને આ રીતે આર્થિક મદદ પહોંચાડી એ એક એવા ઘરે પહોંચ્યો જ્યાં એક ઘરડી ડોશી એકલી રહેતી હતી. એ ઘરમાં ભોંયતળિયાના ઠેકાણાં નહોતાં. બારીના કાચ તૂટી ગયા હતા. કાચની જગ્યાએ પૂંઠા કે કાગળ ચોંટાડી ઠંડી-ગરમી સામે રક્ષણ મેળવાતું હતું. ડોશી પણ પૂરતા ખાવા-પીવાના અભાવે ખાસી નબળી પડી ગઈ હતી. એની આંખો જાણે ઊંડી ઊતરી ગોખલા થઈ ગઈ હતી.

સરકારી અધિકારી ઘરના ઓટલે બેસી હૃદયની ઊંડી લાગણી સાથે એ માજી સાથે વાત કરવા લાગ્યો. થોડી ક્ષણો માટે ડોશીમાને લાગ્યું કે જાણે પોતાનો દીકરો જ વાત કરે છે. એણે માજીને પૂછ્યું, 'જો સરકાર તમને બસો ડોલર આપે તો તમે એ રકમનું શું કરશો ?' એક ક્ષણના પણ વિચાર કે વિલંબ વિના ડોશીએ જવાબ આપતાં કહ્યું, 'હું એ રકમ એવા કોઈ પરિવારને આપી દઈશ જેની પાસે રહેવાનું ઘર જ નથી.'

આ વૃદ્ધાને આપણે શું કહીશું ? એ શું કોઈ સાધ્વીથી કમ કહેવાય ખરી ?

૮૩. પ્રભુની પ્રસાદી

મનસુખ શેઠ અને સવિતા શેઠાણી.

ઘરમાં દોમદોમ સાહ્યબી.

લક્ષ્મીએ અહીં અઠે દ્વારકા કરેલી. સ્વભાવ પણ બંનેના એવા કે સૌની સેવા માટે સદાય તત્પર. અતિથિ માટે તો અંગનાં ઓશીકાં અને પંડનાં પાથરણાં કરે. આજે એમની ગૃહસ્થીમાં સુખનો એક ઓર સૂરજ ઊગ્યો. સવિતા શેઠાણીને પંદર વરસના લગ્નજીવન બાદ ખોળાનો ખૂંદનાર મળ્યો. શેઠ-શેઠાણી બંને ખૂબ જ ખુશ. મનમાં અનેક આશા-અરમાનો હતાં પોતાના કેલૈયાકુંવરને ઉછેરવાનાં. પંદર-પંદર વર્ષે ઘરમાં કિલકિલાટની કિલકારી ઊગી હતી એથી બંને ખૂબ જ આનંદમાં.

દીકરાનું નામ રાખ્યું પ્રકાશ. બંનેના જીવનનો એ પ્રકાશ હતો.

પ્રકાશ એક વર્ષનો થવા આવ્યો, પણ માતા-પિતાએ જોયું કે જેવો બીજા બાળકોનો વિકાસ હોય એવો પ્રકાશનો નહોતો. મનમાં અનેક શંકાકુશંકા સાથે શહેરના ખૂબ જ સારા ડૉક્ટરને બતાવ્યું. ડૉક્ટરે પ્રકાશને બરોબર ચેક કર્યો, કેટલાક ટેસ્ટ પણ કરાવ્યા અને પછી બંને પતિ-પત્નીને બોલાવીને કહ્યું, 'જુઓ મનસુખભાઈ - સવિતાબેન, મારે તમને એક વાત કહેવાની છે... હૃદય ઉપર પથ્થર મૂકીને માનવી પડશે. આમ તો પ્રકાશને નખમાંય રોગ નથી, પરંતુ પરમાત્માએ એની સેવા કરવા માટે તમને પસંદ કર્યાં છે. પ્રકાશના શરીરનો વિકાસ થશે પણ એના મગજનો વિકાસ બહુ ઓછો થશે.'

ડૉક્ટર હજી પોતાની વાત પૂરી કરે એ પહેલાં બંને પતિ-પત્ની પોતાના આ વ્હાલકુડા દીકરાને ભેટી પડ્યાં. પરમાત્માની પ્રસાદી સમો આ પુત્ર મંદબુદ્ધિ... !

ઘરે આવીને પછી કેટલીય રાતો અને કેટલાંય વર્ષો પ્રકાશની સારસંભાળમાં ઉઘાડી આંખે વિત્યાં. સહેજે ફરિયાદ નહીં. અકળામણ નહીં. પ્રભુની પ્રસાદીને સાચવવામાં જ સદાય વ્યસ્ત.

પ્રકાશ એકવીસ વર્ષનો થઈ પ્રભુનો પ્યારો બન્યો ત્યારે આ શેઠ-શેઠાણીએ પોતાની બધી મિલકતનું ટ્રસ્ટ બનાવ્યું અને આવા મંદબુદ્ધિ બાળકોને પોતાને આંગણે આદરપૂર્વક ઉછેરવામાં જીવન વ્યતીત કર્યું.

૮૪. પ્રભુના પ્યારા થવું છે એને...

એક રાજા.

એનો એક વફાદાર નોકર.

રાજાને આ નોકર ઉપર વધારે પ્રેમ.

એક બપોરે રાજાના મનમાં કાકડી ખાવાની ઇચ્છા થઈ.

તેમણે પોતાના એક નોકરને કાકડી લઈ આવવા કહ્યું, નોકર ગયો. રાજા માટે કાકડી લઈ આવ્યો. રાજાએ એ કાકડીના બે ઊભા ટુકડા કર્યા. એક ટુકડો એમણે એ નોકરને પ્રેમથી ખાવા આપ્યો. રાજા કંઈક કામમાં વ્યસ્ત રહ્યા ત્યાં નોકરે કાકડી ખાઈ લીધી. જ્યારે રાજાએ કાકડી મોંમાં મૂકી અને ચાવતાંની સાથે જ બૂમ પાડી, 'અરે બહાદુર ! આ કાકડી તો સાવ કડવી છે. મારું તો મોં કડવું કડવું થઈ ગયું અને તું બધી કાકડી મોં બગાડ્યા વગર ખાઈ ગયો ?'

બહાદુરે જવાબ આપતાં કહ્યું, 'રાજાજી, આપે મારા પર કૃપા કરીને અનેક વાર મને મનગમતી ભેટ આપી છે. આટલાં વર્ષોમાં આપના આશીર્વાદથી ખૂબ સુખપૂર્વક જીવ્યો છું. તમારું આપેલું બધું મારે માટે મીઠડું જ હોય !'

બહાદુરનો આ ભાવ આપણે પણ આપણા રાજાઓના રાજા એવા ભગવાન તરફ અનુભવવાનો છે. ભગવદ્ ગીતામાં ભગવાન શ્રીકૃષ્ણે પોતાના ભક્તને ખાતરી આપતાં કહ્યું છે ને કે 'ન મેં ભક્તઃ પ્રણશ્યતિ'

પ્રભુને પ્યારા થવું હોય તો પ્રભુએ આપેલી ભેટ... એ પછી સુખની હોય કે દુઃખની - એક સરખા આદર અને પ્રેમથી સ્વીકારીશું ને ?

૮૫. મહેમાન થતાં પણ આવડવું જોઈએ...

એક સદગૃહસ્થ.

એમની મહેમાનગતિ માટે આખા પંથકમાં જાણીતા. પણ એમની એક જ મુશ્કેલી. તેઓ મહેમાનની ઉત્તમ આગતાસ્વાગતા કરે. ચારેક દિવસ એમને ખૂબ સારી રીતે રાખે, પણ જ્યારે મહેમાન ચારેક દહાડે જવાની રજા માગે ત્યારે એ ગૃહસ્થ તેના માથા પર ખાસડું (પગરખું) હળવેથી મારે. એટલે કે એના માથે સહેજ અડકાડે.

એક માણસે આ સાંભળ્યું.

એને ખૂબ નવાઈ લાગી. એમ પણ થયું કે આવા અતિથિપ્રેમી ગૃહસ્થ મહેમાનને જતી વખતે આવો ટુચકો શું કામ કરે છે એ જાણવું તો પડશે.

નરી જિજ્ઞાસાવૃત્તિથી તે ભાઈ પેલા ગૃહસ્થના મહેમાન બન્યા. ત્રણેક દહાડા રોકાયા. મહેમાનગતિ ઉત્તમ પ્રકારની હતી. એ ભાઈ ખુશ થઈ ગયા. જવાની રજા માગી. એમને થયું કે હવે ગૃહસ્થ જેવા પગમાંથી જોડા કાઢવા જાય એટલે એમને આ ટુચકાનું કારણ પૂછવું, પણ થયું ઊંધું. ગૃહસ્થે પ્રેમથી રજા આપી. ખાસડું ના માર્યું. એટલે હવે હિંમત કરીને એણે પૂછી જ નાખ્યું, 'માફ કરો શેઠજી, મેં સાંભળ્યું છે કે તમે વિદાય થતા મહેમાનને જરા ખાસડું મારો છો. તમારે આ વિધિ કરવાની બાકી હોય તો કરો. મને ખરાબ નહીં લાગે.'

પેલા ગૃહસ્થ હસ્યા અને બોલ્યા, 'ના, તમને ખાસડું નથી મારવું.'

પેલા મહેમાને પૂછ્યું, 'પણ હું અપવાદ કેમ ?'

પેલા ગૃહસ્થનો જવાબ સમજવા જેવો હતો, 'કારણ કે તમને મહેમાન

થતાં આવડે છે. મહેમાન થવું એ પણ એક ખૂબી છે. મહેમાનની પણ એક આચારસંહિતા હોય છે. કેટલાક મહેમાન દૂધમાં સાકરની જેમ ભળી જાય. એ બહારની હાજરી જેવા ન લાગે. આવા મહેમાન બોજારૂપ લાગતા નથી. એ તો ઊલટા પાઘડીના છોગા જેવા લાગે. આવા મહેમાન ખરાબ હવાની જેમ અંદર નથી આવતા. એમના આવવાથી ઘરનું વાતાવરણ એવું ને એવું રહે. કદાચ વધુ સુગંધી બને. જ્યારે કેટલાક મહેમાન ઘરને માથે લેતા હોય. બધો વ્યવહાર અસ્તવ્યસ્ત કરી નાખે, જાણે કોઈના તંબુમાં ઊંટ પેસી ગયું ન હોય !

દુલાભાઈ કાગે સરસ કહ્યું છે : મહેમાન થવું એટલે યજમાનની ઇજ્જત વધારવી. નહીં કે ઇજ્જત લેવી !

૮૯. શિવની જટાનો એક વાળ

શિવ-પાર્વતીની એક કથા.

એક દિવસ પાર્વતીજી ઈન્દ્રાણીના નિમંત્રણને માન આપી ઈન્દ્રના નિવાસસ્થાને પહોંચ્યાં. ઈન્દ્રનો વૈભવ એમણે નજરે જોયો. ઈન્દ્રાણીએ સોનાની પાટ પર પોતાની બાજુમાં પાર્વતીને આદરપૂર્વક બેસાડ્યાં.

પાર્વતીજી પોતાના નિવાસસ્થાને પાછાં આવ્યાં ત્યારે એમના મનમાં રંજની લાગણી હતી. એમનું મન વિચારતું હતું કે આમ તો ભગવાન શિવની તુલનામાં ઈન્દ્રની શું ગણતરી ? અને છતાં એનો ઝાકઝમાળે ભર્યો વૈભવ તો જુઓ અને બીજી બાજુ ભગવાન શિવનું આ નિવાસસ્થાન... ! સ્મશાનભૂમિ જ તો વળી ?

તો પછી અજન્મા એવા શિવના તપનું મૂલ્ય શું ? ભગવાન શિવની પ્રભુતાનું મૂલ્ય શું ?

વ્યથિત પાર્વતીજીથી શિવને પ્રશ્ન પુછાઈ ગયો : 'ભગવન્, આપની સાથે કોઈ અજ્ઞાની પણ ઈન્દ્રની સરખામણી ના જ કરે ! પણ છતાંય મનમાં એક પ્રશ્ન ઊઠે છે. ઈન્દ્રનો આ વૈભવ તેની કઈ યોગ્યતાને કારણે ? બીજી બાજુ આપના અજોડ તપનું મૂલ્ય શું ?'

ભગવાન શિવ તો અંતર્યામી... ! એક ક્ષણમાં પાર્વતીજીના મનને કળી ગયા. એમણે પાર્વતીને પૂછ્યું, 'સતી, તમારે ધન જોઈએ છે ? એક કામ કરો. હું મારી જટાનો એક વાળ તમને આપું છું. તમે કુબેરની પાસે જઈને તેને આ વાળ આપો. કહેજો કે શિવજીની જટાનો આ વાળ છે. તમારી નજરે તેની જે કાંઈ કિંમત હોય એટલું ધન મને આપો.'

સતી પાર્વતી...

શિવજીની જટાનો વાળ લઈને કુબેર પાસે પહોંચ્યા.

મનમાં દ્વિધા તો હતી. 'આ વાળ... પછી ભલેને એ શિવજીની જટાનો હોય, પણ એની કિંમત શી હોઈ શકે ? કુબેર તેની કિંમત શી આંકશે ?'

શ્રદ્ધા-અશ્રદ્ધાનો દોરે ઝૂલતાં તેઓ કુબેર પાસે પહોંચ્યાં અને ભગવાન શિવની જટાના એક વાળની જે કાંઈ કિંમત કુબેર આપી શકે તે આપવાની

માંગણી કરી.

કુબેર...

વિચારમાં પડ્યા છે કુબેર...

એમણે પાર્વતીજીને કહ્યું, 'સતી માતા, ત્રણેય લોકમાં અજોડ તપસ્વી ભગવાન શિવની જટાના એક વાળની કિંમત પૂરેપૂરી અદા કરવા જેટલું ધન તો મારી પાસે નથી અને બીજા કોઈની પાસે પણ નહીં જ હોય. આપને જેટલું ધન જોઈતું હોય એટલું લઈ જાઓ.'

સતી પાર્વતીએ શિવજીનો વાળ કુબેરને ન આપ્યો.

હવે એમને કશું ધન જોઈતું નહોતું.

એક અભૂતપૂર્વ ધન્યતા અને પસ્તાવાના ભાવ સાથે પાછાં ફરેલાં પાર્વતીજીએ શિવજીને વાળ પાછો આપ્યો અને પતિનાં ચરણોમાં મસ્તક નમાવ્યું.

આપણે પણ પાર્વતીજી જેવા તો નથી ને ?

ઘણી વાર આપણા નિકટનાં સ્વજનના દૈવત કે ગુંજાશની યોગ્ય કદર આપણાથી નથી થઈ શકતી !

૮૭. માનવસેવા એ જ મોટો ધર્મ

એક વિદ્વાન બ્રાહ્મણ.

એક દિવસ તેઓ પોતાના ગામ જતા હતા.

જ્યારે ગામના માર્ગ પરથી પસાર થઈ રહ્યા હતા ત્યારે બાજુના ખેતરમાંથી એક મજૂરણના કણસવાનો અવાજ એમણે સાંભળ્યો.

એમણે જોયું તો સાપે એને ડંખ માર્યો હતો.

એમણે એ સમયે જરાયે વિલંબ કર્યા વગર પોતાની જનોઈ તોડી નાખીને ડંખની જગ્યાએથી ઘાને ચીરીને ત્યાં એ જનોઈને ચુસ્ત રીતે કસકસીને બાંધી દીધી.

થોડી વારે આજુબાજના ગ્રામજનોને જાણ થવાથી ત્યાં બધા ભેગા થઈ ગયા.

બ્રાહ્મણે આવી રીતે પોતાની જનોઈ તોડીને મજૂરણ બાઈના ઘા ઉપર બાંધી એ જોઈને તેઓ બ્રાહ્મણને ગમે તેમ બોલવા માંડ્યા.

તેઓએ બ્રાહ્મણને કહ્યું, 'અરે, તમને ભાન છે? તમે તો બ્રાહ્મણ છો અને આ મજૂરણ તો અછૂત છે. તમે એને અડક્યા... વળી એટલું ઓછું હોય એમ આ પવિત્ર જનોઈ તોડીને એના પગે બાંધી દીધી?'

ક્રોધિત ગ્રામજનોને જવાબ આપતા એ વિદ્વાન બ્રાહ્મણે કહ્યું, 'માનવસેવા કરતાં મોટો કોઈ ધર્મ નથી. એનાથી મોટું કોઈ કર્તવ્ય નથી. અને સાંભળી લો તમે... પરપીડા દૂર કરવા માટે હું જનોઈ તો શું મારા શરીરના લોહીનું એકેએક ટીપું પણ આપતાં નહીં અચકાઉં.'

૮૮. મૃત્યુને પણ ટાળી શકાય છે.

સ્વામી રામ...

'લીવિંગ વીથ ધ હિમાલયન્ માસ્ટર્સ'ના લેખક.

એમનો જન્મ હિમાલયના ગઢવાલ ક્ષેત્રમાં થયેલો.

છેક નાની ઉંમરે એમણે સદ્ગુરુ બંગાળી બાબાને પોતાના ગુરુ બનાવેલા.

ગુરુ ઉપર એમને અતૂટ શ્રદ્ધા...

એમના એ પરમ ભક્ત.

સ્વામી રામ જ્યારે સાત વર્ષના હતા ત્યારે એમના જીવનમાં એક ઘટના બનેલી.

એમના ઘરે બનારસથી કેટલાક વિદ્વાન જ્યોતિષીઓ આવેલા. એમના પિતાએ રામની કુંડળી એમને બતાવી. આ કુંડળીનો ઊંડો અભ્યાસ કરી આ જ્યોતિષીઓએ એવી આગાહી કરી કે આ છોકરો અઠ્ઠાવીસ વર્ષનો થશે ત્યારે તેનું મૃત્યુ થશે.

આ વાત બાળ રામે બારણાની પાછળ ઊભા રહીને સાંભળી. સાંભળીને એને ખૂબ દુઃખ થયેલું. એને એમ થયું કે જીવનમાં કંઈ કર્યા વગ મરી જવાનું ? આ વિચારે એને ડૂસકે ચડી જવાય એવું રડાવી દીધો.

એ જ સમયે ત્યાં એમના ગુરુજી અચાનક આવી ચડ્યા. રડતા બાળ રામને તેઓ આંગળી પકડી ઘરમાં લઈ ગયા. ત્યાં થતી ચર્ચાઓની વચ્ચે એમણે વિદ્વાનોને પૂછ્યું, 'શું ખરેખર આ છોકરાનું અઠ્ઠાવીસમા વરસે જ મૃત્યુ થશે ?' જોષીઓએ એક અવાજે કહ્યું, 'હા.'

ગુરુદેવે કહ્યું, 'નહીં... તમારી આગાહી ખોટી પડશે. જ્યોતિષશાસ્ત્રની ઉપર પણ કોઈ શક્તિ કામ કરી રહી છે.'

એમણે રામને કહ્યું, 'ચિંતા કરીશ નહીં, પણ તારે એ દુર્ભાગ્યના દિવસે મૃત્યુનો અનુભવ તો કરવોજ પડશે. બાકી હું તને મારું આયુષ્ય બક્ષીએ.'

એ પછી તો સમય વીતતો ગયો. એમનું ૨૮મું વર્ષ ચાલી રહ્યું હતું. એ વાતથી પણ સ્વામી રામ અજાણ હતો. એક દિવસે ગુરુદેવે એમને

હિમાલયના ૧૧૧૦૦ જેટલા ફૂટની ઊંચાઈએ જવાનું કામ સોંપ્યું. મા જગદંબાના સ્મરણ સાથે તેઓ ગુરુદેવને વંદન કરીને નીકળી પડ્યા. કેટલીક ઊંચાઈએ સૂકાં પાંદડાં અને પાતળી ડાળીઓ પર ચાલતાં અચાનક જ એમનો પગ લપસ્યો. સીધી ઊંડી ખાઈમાં લગભગ ૫૦૦ ફૂટ જેટલું ગબડ્યા પછી એક વૃક્ષની ધારદાર ડાળી એમના પેટમાં ઘૂસી ગઈ અને એ ડાળીએ એમને એ ઝાડ પર જ લટકાવી દીધા. પેટમાંથી લોહી વહેલા માંડ્યું હતું. નીચે ખાઈમાં ગંગાનો પ્રવાહ વહેતો હતો ભય અને વેદનાથી આંખો બંધ થઈ ગઈ. આજુબાજુ કોઈ જ નહોતું. આંખે અંધારાં આવતાં હતાં. મૃત્યુ સાક્ષાત સામે ઊભેલું અનુભવાતું હતું અને અર્ધ બેભાનાવસ્થામાં ગુરુદેવનું સ્મરણ ચિત્કારરૂપે નીકળી ગયું. અચાનક જ એમની કમર ઉપર દોરડું વીંટળાતું જતું હતું અને એ ઉપરની તરફ ખેંચાવા લાગ્યા.

હા... કેટલીક વનવાસી સ્ત્રીઓની નજર એમના ઉપર પડી ગઈ હતી અને તેઓ રામને દોરડાથી ખેંચી રહી હતી.

કેટલાક સમયે જ્યારે એમને ભાન આવ્યું ત્યારે ગુરુજી એમની સામે ઊભા હતા અને કહેતા હતા, 'ચિંતા કરીશ નહીં, મૃત્યુને પણ ટાળી શકાય છે.'

વીજળીના ઝબકારે

૮૯. કબરના માનવી બનવું પડે

અરબ દેશના એક સંત.

એમની પાસે એમનો એક શિષ્ય ગયો.

આજે એના મનમાં એક ઇચ્છા જાગી હતી. જીવનમાં સાચા અર્થમાં આગળ વધવું હોય તો કઈ રીતે વધી શકાય એ એને ગુરુજી પાસેથી શીખવું હતું, જાણવું હતું, સમજવું હતું.

સંતે એની વાત સાંભળીને એને કહ્યું, 'તું અત્યારે કબ્રસ્તાનમાં જા અને ત્યાંના બધા મરેલા માનવીઓને મન ભરીને ગાળો દઈ આવ.'

શિષ્ય તો ગયો અને ગુરુની સૂચના પ્રમાણે કબરના સૂતેલા માનવીઓને ગાળો દઈ આવ્યો.

સંતનો પ્રશ્ન હતો, 'તે ગાળો દીધી ત્યારે એના જવાબમાં કબરના માનવીઓએ શું કર્યું તારી સાથે ? એમણે તને કંઈ કહ્યું ?'

શિષ્યે કહ્યું, 'ના, ગુરુજી ?'

ગુરુજીએ ફરી કહ્યું, 'જા, હવે જઈને એ બધાં માનવીની પ્રશંસા કરી આવ.'

શિષ્ય ગયો. કબરમાં સૂતેલા માનવીઓની એણે ભારોભાર પ્રશંસા કરી. પછી તે પાછો આવ્યો.

ગુરુજીએ પૂછ્યું, 'પ્રશંસા કરી આવ્યો ?'

'જી હા ગુરુજી.' શિષ્યે કહ્યું.

'શું કહ્યું કબરના માનવીઓએ ?' ગુરુજીએ પૂછ્યું.

'કંઈ જ નહીં.' શિષ્યનો જવાબ હતો.

'બસ ત્યારે તને જીવનમાં સાચા અર્થમાં આગળ વધવાનો પાઠ મળી ગયો.' ગુરુએ કહ્યું.

શિષ્ય કંઈ સમજ્યો નહીં એટલે ગુરુએ કહ્યું, 'દુનિયામાં તમારે સાચા અર્થમાં આગળ વધવું હોય તો કબરના માનવી બનવું પડે. કબરના માનવી ગાળ દેવાથી અપમાનિત થતા નથી કે પ્રશંસા સાંભળવાથી બહુમાનિત પણ થતા નથી. જો માનવી માન-અપમાનને ચૂપચાપ ગળી જાય તો એ જીવનમાં જરૂર આગળ વધી શકે છે.'

૯૦. સાચા હીરાની પ્રાપ્તિ

એક ગુરુના બે શિષ્ય.

ગુરુ પાસે રહીને બંનેએ પૂર્ણજ્ઞાનની પ્રાપ્તિ કરી.

ગુરુએ બંનેને પોતાની પાસે હતું એ બધું જ જ્ઞાન આપી દીધું.

બંનેને જ્યારે ગુરુ પાસેથી વિદાય થવાનો સમય આવ્યો ત્યારે ગુરુએ કહ્યું, 'આ જગતમાં સાચા હીરાનું બહુ જ મહત્ત્વ છે. જો એવો હીરો હાથ લાગી ગયો તો તમારું જીવન સાર્થક બની ગયું. જ્ઞાન અને શક્તિની પ્રાપ્તિ પછી હવે તમારા બંનેના જીવનનું લક્ષ્ય એવા હીરાની પ્રાપ્તિનું બની રહો.'

ગુરુ પાસેથી નીકળેલા આ બંને શિષ્યોના જીવનનું હવે લક્ષ્ય બની ગયું સાચા હીરાની પ્રાપ્તિનું.

આ બંને શિષ્યમાં એક ધનવાન માતા-પિતાનો પુત્ર હતો. એણે પિતા પાસેથી પોતાના હિસ્સાનું બધું ધન મેળવીને સાચા હીરાની શોધ શરૂ કરી. આ માટે એ દેશ-વિદેશ ભટક્યો. ડુંગરો-નદી-આશ્રમ-મઠ-મંદિર ફરતાં ફરતાં આખા વિશ્વનું એણે ભ્રમણ કર્યું. પરંતુ એને સાચો હીરો પ્રાપ્ત ના થયો. કોઈકે કહ્યું કે ફલાણા ઠેકાણે જંગલના ઊંડાણમાં સાચા હીરાની ખાણ છે. એ સાંભળીને હીરાની શોધમાં જંગલમાં અટવાઈ ગયો અને જંગલી પશુઓનો શિકાર બની ગયો.

બીજો શિષ્ય પેલા જેવો ધનવાન નહોતો. એણે વિચાર્યું કે ગુરુજીએ જે સાચા હીરાની શોધની વાત કરી છે એ બહારની દુનિયામાં તો ન જ હોય. ખૂબ જ ચિંતનને અંતે એની વિવેકબુદ્ધિએ સુઝાડ્યું કે આ હીરો તો પોતાનો ખુદનો અંતરાત્મા જ છે. એના પ્રકાશને પામવા માટે જ ગુરુજીએ આમ કહ્યું છે. ધીરજપૂર્વક એની અંતર્યાત્રા આરંભાઈ. આત્મચિંતન કરતાં પોતાના દોષો દેખાયા. દોષને ખૂબ ધીરજથી દૂર કર્યા. સ્વનિરીક્ષણમાં જગત ભુલાયું અને જગતનિયંતામાં ચિત્ત પેઠું અને ત્યારે એના અંતરને પોતાના આત્મારૂપી સાચા હીરાની પ્રાપ્તિ થઈ. એનું મન ગાઈ ઊઠ્યું, 'તું જ તારો દીવો થા.'

૯૧. મિથ્યાભિમાનનું મારણ

એક ખૂબ જૂની કથા છે.

એક રાજા હતો.

એના દરબારમાં પ્રધાનને સૌ માનની નજરે જોતા.

રાજાના મનમાં પણ પોતાના પ્રધાન માટે ખૂબ જ ઊંચો અભિપ્રાય હતો.

એક દિવસ એક દરબારીએ આવીને રાજાને કહ્યું, 'મહારાજ, આપ નારાજ ન થાવ તો મારે આપને એક વાત કહેવી છે.'

'કોની વાત કહેવી છે તારે ?' રાજાએ પૂછ્યું.

રાજા પાસે પોતાની ઉપર ગુસ્સે નહીં થવાનું અભયવચન માગીને દરબારીએ કહ્યું, 'મહારાજ, આપણા પ્રધાનજી આમ તો સીધાસાદા લાગે છે. રાજ્યના નાગરિકો પણ તેઓની તરફ માનથી જુએ છે. એમનું નિવાસસ્થાન પણ આમ તો એમના હોદ્દાના પ્રમાણમાં સીધુંસાદું છે, પણ મહારાજ, એમણે પોતાના નિવાસના અંદરના એક ખંડમાં એક પટારો રાખ્યો છે. એ પટારાને રોજ સવારે પ્રધાનજી ખોલે છે. જુએ છે અને બંધ કરી દે છે, વળી સાંજે પણ જ્યારે તેઓ ઘેર પાછા ફરે છે ત્યારે સૌથી પહેલું કામ પટારો ખોલીને તેમાં એક નજર નાખવાનું કરે છે. મહારાજ, મને લાગે છે કે આ પટારામાં તેઓએ પોતાની કિંમતી સમૃદ્ધિ છુપાવી હશે.'

રાજાએ બીજા જ દિવસે પ્રધાનના ઘેર જવાનું નક્કી કર્યું.

બીજા દિવસે જેવા પ્રધાન પોતાના ઘેર પહોંચ્યા એની પછી તરત જ રાજા એમને ત્યાં પહોંચ્યા. પ્રધાનને રાજાની પોતાને ત્યાંની આવી ઓચિંતી મુલાકાતથી આશ્ચર્ય તો થયું પણ એમણે રાજાને ખૂબ જ પ્રેમ અને આદરથી આવકાર આપ્યો.

રાજાએ આવીને પોતાને મળેલી માહિતી પ્રમાણે પેલો પટારો જોવાની ઈચ્છા વ્યક્ત કરી.

પ્રધાન રાજાને પટારો જે રૂમમાં હતો ત્યાં લઈ ગયા.

રાજાએ જાતે પટારો ખોલ્યો.

શું જોયું રાજાએ પટારામાં ?

પટારામાં હતું એક જૂનું પહેરણ, જૂનો પાયજામો, જૂની ટોપી અને એક શકોરું !

રાજાને આ બધી વસ્તુઓને પટારામાં બંધ જોઈને ખૂબ જ આશ્ચર્ય થયું. વળી આવી વસ્તુને પ્રધાનજી શા માટે સવારે અને સાંજે આદરથી રોજ જોતા હશે એ જાણવાની એમને ઇચ્છા થઈ.

પ્રધાને કહ્યું, 'મહારાજ, આ મારો ભૂતકાળ છે. એ મને યાદ અપાવે છે કે હું આજે જે હોઉં તે પણ ગઈ કાલે શું હતો ? કેટલીક વાર આપના રાજદરબારમાં મને મળતાં માનપાનથી અભિમાનમાં મારું માથું ફાટફાટ થાય ત્યારે હું આ પટારામાંની વસ્તુને યાદ કરું છું. મહારાજા સાહેબ, ગઈ કાલની આ બધી કંગાલ ચીજો એક માણસ તરીકેના મારા સભાનપણાને જગાડે છે અને મોટા દરબારી તરીકેના મારા મિથ્યાભિમાનીપણાનું એ મારણ છે.

રાજા પ્રધાનને વંદી રહ્યો.

૯૨. ગુરુકૃપાનું માહાત્મ્ય

ગુરુગોવિંદ દોનું ખડે કા કો લાગું પાય ?
બલિહારી ગુરુ આપકી, ગોવિંદ દીનો બતાય.

ગોવિંદ કરતાંય ગુરુને પહેલાં વંદનની વાત શા માટે ?
એ વર્ણવતી એક વાત છે.

પરમહંસની કક્ષાના એક સંન્યાસી પાસે એક શિષ્ય ગયો.

એણે જિજ્ઞાસાથી ગુરુજીને પૂછ્યું, 'ગુરુજી, આજે ગુરુપૂર્ણિમા છે અને જ્યાંત્યાં હું ગુરુનો મહિમા ગવાતો સાંભળું છું. મારે એ જાણવું છે કે ગુરુ શિષ્યનું એવું તે કેવું પરમ કલ્યાણ કરી નાખે છે કે ગુરુનો આટલો બધો મહિમા કરાય છે ?'

પરમહંસે એના ખભે હાથ મૂકી પ્રેમથી કહ્યું, 'વત્સ, ગુરુ વિના જ્ઞાનપ્રાપ્તિ શક્ય નથી. જ્ઞાનપ્રાપ્તિની સચોટ ચાવી ગુરુ પાસે જ હોય છે. જ્ઞાન મેળવવા માટે ગુરુકૃપા અનિવાર્ય છે.'

પેલા શિષ્યે દલીલ કરતાં કહ્યું, 'પણ ગુરુજી, ગુરુ વિના સ્વપ્રયત્ને પણ જ્ઞાનસંચય ન થઈ શકે ?'

ગુરુએ કહ્યું, 'ગુરુ વિના જ્ઞાનપ્રાપ્તિ અવશ્ય થઈ શકે, પણ એ માટે જ્ઞાનપિપાસુએ સમયનો ખૂબ ભોગ આપવો પડે. જે જ્ઞાન સ્વપ્રયત્નથી છ વર્ષે મળે એ જ જ્ઞાન ગુરુકૃપાથી એક વર્ષમાં મેળવી શકાય.' એ સંદર્ભમાં ગુરુએ શિષ્યને એક ઉદાહરણ આપ્યું.

ગુરુએ સામે રહેલી ગંગાનદીના પટમાંની એક હોડી તરફ અંગુલિનિર્દેશ કરતાં કહ્યું, 'ભાઈ, પેલી કિનારે લાંગરેલી હોડીમાં બેસીને આપણે અહીંથી કલકત્તા પહોંચવું હોય તો કેટલો સમય લાગે ?'

મનમાં હિસાબ ગણી શિષ્યે કહ્યું, 'ઓછામાં ઓછા પાંચ કલાક તો થાય જ.'

'અને... આ જ હોડીને પેલી દૂર ઊભેલી સ્ટીમર સાથે બાંધી દીધી હોય તો કેટલા કલાકમાં કલકત્તા સુધીનું અંતર કાપી શકાય ?'

'તો તો પોણો કલાક કે કલાકમાં પહોંચી જવાય.' શિષ્યે કહ્યું.

પરમહંસે સ્નેહાળ સ્મિત ફરકાવતાં કહ્યું, 'તારા આ જવાબમાં જ

તારી શંકાનું સમાધાન છે.'

શિષ્યે સવિનય જવાબ આપતાં કહ્યું, 'હા ગુરુજી, હવે મને સમજાયું કે ગુરુદેવ સ્ટીમર છે જ્યારે શિષ્ય એની સાથે સંકળાયેલી હોડી.'

શિષ્યોને ગુરુમહિમા સમજાવતા આ સંત હતા સ્વામી રામકૃષ્ણ પરમહંસ.

૯૩. માનવતાનો સાદ

ઈ.સ. ૧૭૨૮ની સાલ.

રાજા બાજીરાવ પહેલા અને નિઝામ ઉલમુક વચ્ચે ગોદાવરી નદીના કિનારે ભીષણ યુદ્ધ ચાલતું હતું. યુદ્ધ એવું ભયાનક હતું કે ચારે કોર હાહાકાર ફેલાઈ ગયેલો.

ઘણા લાંબા સમય સુધી યુદ્ધ ચાલવાને કારણે નિઝામની સેના પાસેની અન્ન-સામગ્રી ખૂટી પડી.

નિઝામ ખૂબ જ ચિંતામાં.

પોતાની વિશાળ સેનાની યોગક્ષેમની જવાબદારી કેવી રીતે વહન કરવી એ એને સમજાતું નહોતું. આ સમયે અન્નની વ્યવસ્થા કરવી એ તાતી જરૂરિયાત હતી.

નિઝામે પોતાના મંત્રીઓ અને સેનાનાયકોને એકઠા કર્યા. બધા પાસે સમસ્યા રજૂ કરી ઉકેલ શોધવા જણાવ્યું. કોઈને ઉકેલ સૂઝતો નહોતો.

એ સમયે નિઝામે ખૂબ જ વિચારને અંતે કહ્યું, 'મને એક રસ્તો સૂઝે છે.'

મંત્રીઓએ કહ્યું, 'કયો રસ્તો ?'

નિઝામે કહ્યું, 'હાલના તબક્કે આપણને અન્ન આપી શકે એવી એક જ વ્યક્તિ છે અને તે છે બાજીરાવ. તેમની પાસે જઈને અન્નની માગણી કરો.'

મંત્રીઓ અને સેનાનાયકો પોતાની જગ્યાએથી ઊભા થઈ ગયા. કહે, 'એ કેવી રીતે બને ? જે આપણો દુશ્મન છે, આપણી સામે યુદ્ધે ચડ્યો છે એ આપણને અન્ન કેવી રીતે આપવાનો હતો ? ઊલટું એને માટે તો આ સમાચાર એને જીતની નજીક પહોંચાડનારા બને.'

નિઝામ કહે, 'બાજીરાવ માનવતાવાદી રાજા છે. એક પ્રયત્ન કરવામાં શું થાય છે ? મારાથી મારા સૈનિકોને ભૂખે મરતા નહીં જોઈ શકાય.'

નિઝામે એક દૂતને સમગ્ર પરિસ્થિતિ સમજાવીને રાજા બાજીરાવ પાસે મોકલ્યો. પોતાના સૈન્ય માટે કેટલું અનાજ જોઈએ છે એ જણાવ્યું.

દૂત રાજા બાજીરાવ પાસે પહોંચ્યો અને નિઝામે મોકલેલ સંદેશો જણાવ્યો.

બાજીરાવે દૂતને પૂછ્યું, 'આ સમયે અનાજ ન મળે તો શું થાય ?'

દૂતે કહ્યું, 'તો મહારાજ, સૈનિકોની વિરાટ સંખ્યા ભૂખને કારણે ખતમ થઈ જાય.'

રાજા બાજીરાવે દૂતને એક રાવટીમાં રોકાવાનું કહ્યું અને પોતાના મંત્રીઓ અને સેનાનાયકોને એકત્ર કર્યા. એમની સામે નિઝામે રજૂ કરેલી અનાજની માગણી અંગે જણાવી એમનો મત માંગ્યો.

બધા જ મંત્રીઓ અને સેનાનાયકોનો મત એક જ હતો. 'નિઝામના સૈનિકો માટે આપણે શા માટે અનાજ આપવું જોઈએ ? આપણે માટે તો આ કુદરતનો સારો સંકેત કહેવાય કે આપણી સેનાની ખુવારી વગર આપણે યુદ્ધ જીતી શકીશું.'

બાજીરાવે પોતાના મંત્રીઓ અને સેનાનાયકોની વાત શાંતિથી સાંભળી, પણ એમનું હૃદય આ વાત સ્વીકારવા તૈયાર નહોતું. એ તો કંઈ જુદા જ રસ્તે દોડતું હતું. એમણે કહ્યું, 'મિત્રો, આપણે યુદ્ધે નીકળ્યા છીએ અને એ રીતે તમારી વાત સાચી છે, પણ સાથે સાથે આપણે માણસ છીએ. યુદ્ધની જેમ જ માનવતા એ પણ આપણો ધર્મ છે. આપણા હરીફનો સૈનિક પણ છેવટે તો માણસ જ છે ને ? આપણાથી માનવતાનો ધર્મ કેવી રીતે બાજુએ મૂકી શકાય ? અત્યારે આપણે એમને અનાજ આપવું જોઈએ. એમાં પણ ઈશ્વરનો કંઈક સારો સંકેત જ હશે.'

અને રાજા બાજીરાવે નિઝામે મંગાવ્યું હતું એના કતાં વધારે અનાજ મોકલી આપ્યું.

નિઝામ અને એમના સાથીઓએની આંખમાં પાણી હતું. અને પછી તો હથિયારોના ખણખણાટ શમી ગયા.

નિઝામ એક પણ હથિયાર વગર અડવાણે પગે બાજીરાવની છાવણીમાં ગયા.

બંને ખૂબ જ જૂના મિત્રોની જેમ ભેટી પડ્યા.

ગોદાવરી નદીના જળ માનવતાની આ વાત કહેતાં હજી આજે પણ વહી રહ્યાં છે.

૯૪. એક વિચાર... એક પ્રભાવ

એક રાજા પોતાના મંત્રી સાથે હૃદયની વાત કરતા હતા.

રાજાએ મંત્રીને કહ્યું, 'મંત્રી, હમણાંનો એક ખરાબ વિચાર મારા મનમાં ઘર કરી ગયો છે. આ વિચારને દૂર કરવા હું બહુ મથું છું, પણ એ મનમાંથી નીકળતો જ નથી. મને સતત મનમાં એક જ દુઃખ થયા કરે છે કે આવો હીન વિચાર મનમાં મને આવ્યો જ કેવી રીતે ?'

મંત્રીએ કહ્યું, 'મહારાજ, આપને યોગ્ય લાગે તો આપનો એ વિચાર મને કહો. એનું નિવારણ કરવા હું બનતો પ્રયત્ન કરીશ. હું જોઉં છું કે આપ છેલ્લા થોડા સમયથી ખોવાયેલા અને ઉદાસ પણ રહો છો. કદાચ એનું કારણ પેલો વિચાર જ હશે.'

રાજાએ પોતાના મનની વાત મંત્રીને કરતાં કહ્યું, 'આપણા રાજ્યમાં સુખડના લાકડાનો એક મોટો વેપારી છે. આમ તો એ સારો માણસ છે. તેણે મારું કોઈ પણ પ્રકારનું અહિત કર્યું નથી, પણ તેને જોઉં છું અને મારા મનમાં એના માટે અણગમો જાગે છે અને ક્યારેક તો એને મારવાનો વિચાર પણ આવે છે. મારાથી તેની હાજરી જ જાણે વેઠી જતી નથી.'

મંત્રી રાજાની વાત સાંભળી રહ્યો.

થોડી વારે એણે રાજાને કહ્યું, 'મહારાજ, આમ તો આ વાત જરા વસમી છે, પણ એનો તાગ મેળવવા હું જરૂર પ્રયત્ન કરીશ અને પછી એનું કંઈક નિરાકરણ શોધીશું.

રાજા અને મંત્રી છૂટા પડ્યા.

મંત્રીએ એ વેપારી વિશે કેટલીક માહિતી મેળવી અને સાથે સાથે દોસ્તી પણ કેળવી. દોસ્તીમાં વિશ્વાસ કેળવાયા પછી એક વાર વેપારીએ મંત્રી સમક્ષ પોતાના ધંધા વિશે વાત કરતાં કહ્યું કે એની પાસે સુખડનું લાકડું એટલું બધું ખડકાઈ ગયું છે અને હમણાંની એની ખપત થતી નથી. મનમાં એમ થાય છે કે હવે તો આપણા મહારાજા મરી જાય તો એમને માટે સુખડની ચિતા ખડકાય અને આ સુખડનું લાકડું ખપી જાય.

મંત્રીએ એની વાત સાંભળી કહ્યું, 'તમે ચિંતા ન કરો. કોઈ રાજા મરે નહીં અને છતાં તમારું સુખડનું લાકડું ખપી જાય એવો કોઈ રસ્તો

શોધીશું.'

મંત્રીએ રાજાને નગરમાં સુખડનું એક સુંદર મંદિર બંધાવવા સમજાવી લીધા અને પેલા વેપારીનું સુખડનું લાકડું એમાં ખરીદી લેવાયું.

થોડા સમય બાદ.

મંત્રીએ રાજાને પૂછ્યું, 'મહારાજ, પેલા સુખડના વેપારીની વાત ઉપર હું ખાસ ધ્યાન આપી શક્યો નથી, પણ હવે એનો રસ્તો હું કરી જ દઈશ.'

રાજાએ જવાબ આપતાં કહ્યું, 'મંત્રીજી, હવે તમે આ વાતને પડતી જ મૂકજો. હવે જ્યારે એ મને મળે છે ત્યારે તેને જોઈને મારા મનમાં કંઈ જ દુર્ભાવ થતો નથી. એ સમયે ખબર નહીં મને એના માટે કેમ ખોટા વિચાર આવતા હતા.'

શાણા મંત્રીએ વાતનો નિકાલ લાવી દીધો, પણ રાજાને કે વેપારીને એ અંગે કંઈ બતાવવાની જરૂર એણે જોઈ નહીં.

વિચારોના તરંગોનો કેવો પ્રભાવ ?

૯૫. જાદુઈ ખજાનો

ખજાનો.

એક જાદુઈ ખજાનો.

જેમાં એવું ધન હોય કે જે જેમ વાપરો એમ વધે.

આપણે એવું તો જાણીએ છીએ કે ખજાનાનું ધન વપરાય તો એ ખજાનો ઓછો થતો જાય. ખૂટી જાય.

અને એટલે તો એવું કહેવાય છે કે બેઠા બેઠા ખાવ તો રાજાનો ખજાનોય ખાલી થઈ જાય.

તો અહીં કયા ખજાનાની વાત છે ?

જે વાપરવાથી વધ્યા કરે.

એક નાનકડી વાર્તા.

એક ભિક્ષુક ગામના પ્રવેશદ્વારની પાસે જ નાનકડી ઝૂંપડી બાંધીને એમાં વર્ષોથી રહેતો હતો. આવતાં -જતાં માણસો પાસેથી ભીખ માગતાં માગતાં એણે જિંદગી પૂરી કરી. એનું મૃત્યુ થયું પછી એ ઝૂંપડીને તોડી નાખવામાં આવી. ત્યાં થોડું ખોદકામ કરતાં જ જણાયું કે ભિક્ષુક જે જગ્યા ઉપર બેસીને ભીખ માગતો હતો તેની બરાબર નીચે જ રત્ન અને ઝવેરાતનો મોટો ખજાનો હતો.

લોકોને ખૂબ જ આશ્ચર્ય થયું અને અફસોસ પણ.

તેમને ભિક્ષુકના ભાગ્ય ઉપર અફસોસ થયો.

આપણા સૌની હાલત પણ આ ભિક્ષુક જેવી તો નથી ને ?

આપણી પાસે પણ પ્રેમ, આનંદ, સુખ-શાંતિનો જાદુઈ ખજાનો છે, પણ આપણી કરુણતા એ છે કે એ ખજાનો આપણી અંદર પડેલો છે એની આપણને ખબર નથી. જિંદગીભર આપણે એની બીજાઓ પાસે ભીખ માગતા ફરીએ છીએ.

તો ચાલો આ જાદુઈ ખજાનાની પાસે પહોંચીએ.

અને એને 'દોનું હાથ ઉલેચીએ.'

પ્રેમ-સુખ-શાંતિ આનંદની મૂડી જગતમાં વહેંચીએ, વાવીએ અને અનેકગણો મબલખ પાક પાછો મેળવીએ.

૯૬. હિતભુક, મિતભુક્, ઋતાભુક્

એક પૌરાણિક દંતકથા.

આયુર્વેદના મહાન ઋષિ ચરક.

એમના મનમાં વિચાર આવ્યો કે મારી ચરક સંહિતાનો ઉપયોગ કરીને ઘણા વૈદ્યરાજ ચિકિત્સા કરે છે. એ બધાની નિદાનપદ્ધતિ કઈ છે તે ગુપ્ત રીતે જોઉં... જાણું.

ચરક ઋષિએ લીધું પંખીનું રૂપ. અને તેઓ પહોંચ્યા જ્યાં વૈદ્યરાજોનું મહાસંમેલન ભરાયું હતું ત્યાં. જઈને બેઠા એક વૃક્ષ ઉપર.

ભારતના જુદા જુદા ભાગોમાંથી આવેલા વૈદ્યરાજ આયુર્વેદ વિશે ગહન ચર્ચા કરતા હતા એ સમયે પંખી સ્વરમાં ચરક ઋષિ બોલ્યા, 'કોરુક કોરુક કોરુક'

પંખીના આ ટહુકામાં સભાના મુખ્ય વૈદ્યરાજને એવું સંભળાયું 'કોણ નિરોગી ?'

અને પછી સૌ 'નીરોગી કોણ ?' એ વિષય ઉપર ચર્ચા કરવા માંડ્યા. સૌએ એ અંગે પોતાનો મત જાહેર કરવા માંડ્યો. કોઈએ ત્રિફળાનું મહત્ત્વ કહ્યું તો કોઈએ હરડેનું મહત્ત્વ સમજાવ્યું. કોઈએ સુવર્ણ વસંત માલતીના ગુણ ગાયા.

આ રીતે સૌનો જુદો જુદો મત હતો નીરોગીપણા માટે. પણ આ ચર્ચાથી ચરક ઋષિને સંતોષ ન થયો. તેઓ મનમાં નિરાશા સાથે પાછા વળી રહ્યા હતા ત્યાં રસ્તામાં આયુર્વેદાચાર્ય વાગ્ભટ્ટજીનું ઘર આવ્યું. ત્યાં આવીને તેમણે 'કોરુક' 'કોણ નીરોગી ?' એવા પ્રશ્નને દોહરાવ્યો.

એ સમયે વાગ્ભટ્ટજીએ કહ્યું, 'હિત્‌ભુક્, મિતભુક્ અને ઋતભુક્.'

જે વ્યક્તિ હિતભુક્ એટલે પોતાની પ્રકૃતિને અનુરૂપ પાથ્ય ખોરાક લે, મિતભુક્ એટલે પ્રમાણસર ભોજન કરે અને ઋત્‌ભુક્ એટલે ઋતુ પ્રમાણે આવી મળેલ ભોજન ગ્રહણ કરે એ મનુષ્ય નીરોગી રહે છે.

વાગ્ભટ્ટની આ વાણીએ ચરક ઋષિને સંતોષ આપ્યો. આજે એકવીસમી સદીમાં પણ સ્વસ્થ રહેવાના આ ત્રણ સરળ ઉપાયો એટલા જ અક્સીર છે.

અજમાવી જોઈશુંને એને ?

૯૭. 'હું ફરજ પર નથી'

એક વાર એક પોલીસના ઘરમાં એક ચોર ચોરી કરવા ઘૂસ્યો. પોલીસની પત્ની જાગી ગઈ.

એણે પોતાના પતિનું ધ્યાન દોરતાં કહ્યું, 'જુઓ તો, લાગે છે કે આપણા ઘરમાં ચોર ઘૂસ્યો છે.'

પોલીસે કહ્યું, 'હું જાણું છું.'

પત્નીને થયું કે પોતાનો પતિ ચોરને મુદ્દામાલ સાથે પકડવા માંગતો લાગે છે. એટલે એ જાગતી શાંત પડી રહી.

ચોરે કબાટ ખોલ્યું. કબાટમાંથી કીમતી ઘરેણાં, રૂપિયા બધું એક પાકીટમાં ભર્યું. પત્નીને લાગ્યું કે હવે તો પતિએ ચોરને પકડવો જ જોઈએ. એણે ફરી પતિને કહ્યું, 'લાગે છે કે એણે કબાટ ખોલીને વસ્તુઓ લઈ લીધી છે.'

પોલીસનો જવાબ હતો, 'હા, હું જોઈ રહ્યો છું.'

ચોર તો સામાન સાથે બારીમાંથી કૂદવા લાગ્યો. પત્નીએ કહ્યું, 'જુઓ તો, એ તો ચાલ્યો.'

પોલીસનો જવાબ હતો, 'મારા ધ્યાનમાં છે.'

ચોર તો ચોરી કરીને ચાલ્યો ગયો.

ગુસ્સે ભરાયેલી પત્નીએ પતિને હચમચાવી નાખ્યો. કહ્યું, 'તમે જાગતા હતા, જોતા હતા, બધું તમારા ધ્યાનમાં હતું, તો તમે કેમ કશું કર્યું નહીં?'

પોલીસે કહ્યું, 'તારી બધી વાત સાચી, પણ હું દિલગીર છું. કારણ કે હું અત્યારે ફરજ પર નથી.'

પહેલી નજરે હાસ્યાસ્પદ લાગતી પોલીસની વાત આપણને સૌને પણ લાગુ પડતી નથી શું?

આપણે બધા પણ આવું જ કંઈ કરી રહ્યા નથી શું?

સમાજમાં ચારે બાજુ ભ્રષ્ટાચાર હદ બહાર વ્યાપી રહ્યો છે. ચારે બાજુ અનીતિનું જોર વધતું જાય છે. નિરર્થક હિંસા, સ્વાર્થનું નગ્ન નૃત્ય અને માનવનું માનવ તરફનું વૈમનસ્ય.

આ બધું આપણે જોઈએ છે. બધું આપણા ધ્યાનમાં છે. એને માટે કટુ ઉદ્ગારો કાઢી વ્યર્થ વલોપાત પણ સૌ કરે છે, પણ કોઈ કંઈ કરે છે ખરું ? ત્યારે પ્રત્યેકને એમ લાગે છે કે 'હું શું કરું ?' 'હું કાંઈ કરી શકું એમ નથી.' અથવા 'હું ફરજ પર નથી.'

ત્યારે આ જવાબદારી કોની ?

દરેક માણસને થાય છે કે 'કંઈક થવું જોઈએ' પણ 'એ કરવાની ફરજ કોની ?'

ખરેખર તો માણસે વિચારવું જોઈએ... નક્કી કરવું જોઈએ કે 'હું મારાથી બનતું કંઈક કરીશ' આટલું નક્કી કરીએ તો ?

૯૮ વીજળીના ઝબકારે

અબ્રાહમ લિંકન.

એક વાર કોઈએ એમને પૂછ્યું, 'તમારે દસ મિનિટ બોલવાનું હોય તો એ માટે કેટલી તૈયારી કરવી પડે ?'

લિંકનનો જવાબ હતો, 'બે દિવસની તૈયારી જોઈએ.'

'અને જો તમારે અડધો કલાક બોલવાનું હોય તો ?'

લિંકને જવાબ આપ્યો, 'અડધો દિવસ જોઈએ.'

છેલ્લે પ્રશ્નકર્તાએ પૂછ્યું, 'જો તમારે બે કલાક બોલવું હોય તો તૈયારી માટે કેટલો સમય લેશો ?'

લિંકને કહ્યું, 'બિલકુલ નહીં, કહો તો હમણાં પણ બોલી શકું ?'

પ્રશ્નકર્તા આશ્ચર્યથી લિંકનની સામે જોઈ રહ્યા.

લિંકને એને સમજાવતાં જે કહ્યું એ ખરેખર સમજવા જેવું છે.

લિંકને કહ્યું, 'મારે બે કલાક બોલવાનું હોય તો એ બે કલાકમાં તો મારે જે કંઈ સામી વ્યક્તિને કહેવું છે, સમજાવવું છે એ ક્યાંક ને ક્યાંક આવી જાય, પણ માત્ર દસ મિનિટ બોલવું હોય તો મારે મહત્ત્વના મુદ્દા સાવચેતીપૂર્વક તારવી લેવા પડે.'

ઓછો સમય હોય ત્યારે બિનજરૂરી વાતોમાં એને ન વેડફાય.

સમયની અછત વધારે સાવધાનીની અપેક્ષા રાખે છે.

ઓછી શક્તિ અને અલ્પ સમયમાં વધારે કામ કરી શકે એ જ માણસની ખરી ગુણવત્તા.

સમયને સાચવનારને સમય સાચવે છે.

સમયને બગાડનારનું જીવન વેડફાઈ જાય છે.

વીજળીના ચમકારામાં સોયમાં દોરો પરોવી લેવા જેટલી અને જેવી જાગૃતિ માણસે જીવનમાં કેળવવાની છે, કારણ કે સમય અને સમંદરની ભરતી કોઈના માટે થોભતાં નથી.

૯૯. વૈદરાજની કસોટીમાંથી

એક વૈદરાજ.

ખૂબ જ કુશળતા હતી એમનામાં વ્યવસાયની.

એક વાર એમને મન થયું પોતાનાથી બસો માઈલ વસતા એક વૈદરાજની કુશળતાની કસોટી કરવાનું.

એમણે એક માણસને બોલાવીને કહ્યું, ‘તારે ફલાણા ગામે આવેલા વૈદરાજને મળવા જવાનું છે. શરત એટલી કે પગે ચાલતા ચાલતા જવાનું. થાક લાગે ત્યારે આંબલીના ઝાડ નીચે આરામ કરજે.’

પેલો માણસ વૈદરાજની સૂચના પ્રમાણે નીકળી પડ્યો.

પેલા વૈદરાજને ગામ પહોંચતાં એને ઠીક ઠીક દિવસ લાગ્યા. ત્યાં પહોંચ્યો ત્યારે એ ખૂબ જ થાકેલો અને માંદા જેવો થઈ ગયો હતો.

એણે વૈદરાજ પાસે આવીને કહ્યું, ‘અમારા ગામના વૈદે માત્ર તમને મળી આવવાનું કહ્યું છે.’

વૈદરાજ હોંશિયાર હતા. કારણ વગર પેલા વૈદરાજ અહીં આ માણસને મોકલે નહીં એ સમજતા હતા એટલે એમણે પેલાની વધારે પૂછપરછ કરી ત્યારે પેલાએ કહ્યું, ‘વૈદરાજે મને એવી સૂચના આપી હતી કે રસ્તામાં ચાલતાં ચાલતાં થાક લાગે ત્યારે આમલીનું ઝાડ શોધીને એની નીચે જ આરામ કરવો.’

અને વૈદરાજને આખી વાત સમજાઈ ગઈ.

એમણે એ માણસને પોતાને ત્યાં બે-એક દિવસ પ્રેમથી રાખ્યો અને જ્યારે એ જવા તૈયાર થયો ત્યારે એને કહ્યું, ‘ભાઈ, તને મળીને ખૂબ જ ખુશી થઈ. તારા ગામના વૈદ્યરાજને મારા નમસ્કાર કહેજે અને હવે પાછા વળતાં ધ્યાન રાખજે કે જ્યારે તું ચાલતાં ચાલતાં થાકે ત્યારે લીમડાનું ઝાડ શોધીને એની નીચે જ વિશ્રાંતિ લેજે.’

આ માણસને આ બંને વૈદની આમલીની ને લીમડાના ઝાડ નીચે વિશ્રામ કરવાની વાત સમજાઈ નહોતી છતાં એ પ્રમાણે એણે અનુસરવાનું રાખ્યું.

પોતાના ગામે પહોંચીને એ જ્યારે પેલા વૈદરાજને મળ્યો ત્યારે પહેલા

જેવો જ સ્વસ્થ અને નરવો હતો.

એને સ્વસ્થ જોતાંની સાથે જ વૈદરાજને સમજાઈ ગયું કે વૈદરાજ હોશિયાર છે.

પેલા માણસની આંબલીના ઝાડ નીચેના વિશ્રામને કારણે જે આરોગ્યહાનિ થઈ હતી એ લીમડાના ઝાડ નીચેના વિશ્રામને કારણે ભરપાઈ થઈ ગઈ હતી.

આ વાર્તા એક સરસ વાતને સૂચવી જાય છે.

માણસે પોતાના જીવનના પચાસ-સાંઠ વર્ષ સુધી જે સ્વાર્થપ્રેરિત પ્રવૃત્તિઓ કરી હોય એ આમલીના ઝાડ નીચેના વિશ્રામ જેવી પ્રવૃત્તિઓએ એને જીવનમાં નિચોવી નાખ્યો હોય, થકવી નાખ્યો હોય, પણ જો એ નિવૃત્તિકાળનાં વર્ષોમાં લીમડાના ઝાડ નીચેના વિશ્રામ જેવી પરમાર્થયુક્ત પ્રવૃત્તિ કરે તો ફરી પાછો મનથી નરવો જરૂર બની જાય.

જીવનના નિવૃત્તિકાળે પરમાર્થયુક્ત પ્રવૃત્તિનો વિશ્રામ લઈશું ને ?

૧૦૦. તુલસીપત્રથી તોલાયો શ્યામ

એક પૌરાણિક દંતકથા છે.

એક વાર ભગવાન શ્રીકૃષ્ણનાં પટરાણી સત્યભામા શૂન્યમનસ્ક થઈને બેઠાં હતાં.

એ જ સમયે નારદ ત્યાં આવી ચડ્યા.

રાણીની ઉદાસી જોઈને એમણે એનું કારણ પૂછ્યું.

સત્યભામાનું કહેવું હતું, 'આ જન્મે કૃષ્ણ જેવા પ્રિયતમને પતિ તરીકે પામી શકી છું, પણ કદાચને આવતા જન્મે કૃષ્ણ ના મળે અને કોઈ એમનાથી ઊતરતી કક્ષાના પુરુષ જોડે સંસાર રચવાનું થાય તો એ કેવી રીતે ફાવે ?'

નારદ તો નારદ જ ને ?

એમણે તરત જ ઉકેલ દર્શાવતાં કહ્યું, 'એમાં આપ શું કામ મૂંઝાવ છો ? શાસ્ત્રમાં આ માટે કહ્યું જ છે કે 'તમને જે આવતે જન્મે જોઈતું હોય એનું આ જન્મે દાન કરી દેવું !'

સત્યભામાને નારદજીનું આ સૂચન ગમ્યું.

પણ એમની મૂંઝવણ એ હતી કે કૃષ્ણનું દાન લે કોણ ?

ત્યારે પણ નારદ જ તૈયાર. નારદે કહ્યું, 'હું કૃષ્ણને દાનમાં સ્વીકારીશ.'

અને સત્યભામાએ દાનનો સંકલ્પ કરી પાણી હાથમાં લીધું. ત્યાં જ કૃષ્ણનું આગમન થયું.

નારદને સત્યભામા પાસે ઊભેલા જોઈને જ તેઓ તો સમજી ચૂક્યા હતા કે નારદ પાસેથી કંઈક પાઠ આજે કોઈને મળવાનો.

નારદે દાનની વાત કરી અને કૃષ્ણને પોતાની જોડે ચાલવા કહ્યું અને ભગવાન તો થયા ચાલતા નારદની જોડે !

ભગવાને નારદની સાથે ચાલવા માંડ્યું ત્યારે સત્યભામાને ભાન થયું કે આવતા જન્મે કૃષ્ણને પામવાની ઘેલછામાં પોતે તો આ જન્મે જ એમને ખોઈ બેઠી.

બીજી બાજુ કૃષ્ણને નારદ લઈ જતા જોઈને અન્ય પટરાણીઓ

અકળાઈ ઊઠી. એમનું કહેવું હતું કે કૃષ્ણ ઉપર શું એકલા સત્યભામાનો જ અધિકાર છે ? અમારો પણ એમની ઉપર એટલો જ અધિકાર છે. સત્યભામા એકલાં કૃષ્ણનું દાન કેવી રીતે કરી શકે ?

અન્ય પટરાણીઓએ કૃષ્ણને ન લઈ જવા નારદને વિનંતી કરી.

રાણીઓની વાત સાંભળી નારદે કહ્યું, 'ભલે, આમેય આ નટખટ કૃષ્ણને સાચવવાનું કામ મારા માટે અઘરું છે. તમે એમ કરો, કૃષ્ણના વજન જેટલું સોનું મને આપી દો. પછી કૃષ્ણ તમારા.'

પટરાણીઓ ખુશ થઈ ગઈ. સોનાની દ્વારકામાં સોનાની ક્યાં અછત હતી ? કૃષ્ણને એક બાજુ પલ્લામાં મૂકી બીજુ બાજુ ઘરેણાં ઠાલવતાં ગયાં.

પણ થયું એવું કે કૃષ્ણનું પલ્લું ઊંચું આવે જ નહીં.

બધી પટરાણીઓ મૂંઝાઈ ગઈ.

એ સમયે રુક્મિણી ભગવાનની લીલા સમજી ગયાં. એમણે ખૂબ જ ભાવપૂર્વક મનોમન ભગવાનનું સ્મરણ કરીને કૃષ્ણની સામેના પલ્લામાં એક તુલસીપત્ર મૂક્યું.

અને થયો ચમત્કાર !

હજારો મણ સોનાથી ન તોલાનારો નટખટ કાનુડો તુલસીપત્રથી તોલાઈ ગયો.

શું કહે છે આ કથા આપણને ?

ભગવાન ભાવનો ભૂખ્યો છે. વસ્તુના વજનથી નહીં પણ વ્યક્તિના ભાવથી એ રીઝે છે.

મકરંદ દવેએ એથી જ કહ્યું છે ને કે -

વજન કરે તે હારે મનવા

ભજન કરે તે જીતે !

૧૦૧. ભય કો તો મૈંને કૂએ મેં ડાલ દીયા !

ગુરુ કરતાં ચેલા સવાયા.

એવા એક સવાયા ચેલાની આ વાત છે.

ગુરુ મચ્છેન્દ્રનાથને ક્યાંકથી સોનાની ઈંટ મળી.

આ ઈંટે એમનામાં લોભ જગાડ્યો.

એમણે ઈંટને થેલામાં સંતાડી દીધી.

પ્રવાસમાં જ્યાં રોકાવાનું થાય ત્યાં તેઓ પોતાના શિષ્ય ગોરખનાથને પૂછે, 'બેટા, યહાં કોઈ ભય તો નહીં હૈ ના ?'

આવું એક કરતાં વધારે વાર થવા માંડ્યું.

જ્યાં રોકાણ થાય ત્યાં ગુરુનો એ જ પ્રશ્ન ! એટલે ગોરખનાથ નવાઈ પામ્યા. તેમને થયું, 'સાધુને તો લંગોટી ભલી ! એ તો નિસ્પૃહ હોય, નિર્વિકારી હોય પછી એને ભય હોય કયો ?'

બન્યું એવું કે એક વાર ગુરુને નદીમાં નાહવા જવાનું થયું. એમણે થેલો શિષ્યને સોંપ્યો. એ સમયે ગોરખનાથની નજર થેલામાં રહેલી સોનાની ઈંટ ઉપર ગઈ અને તરત જ તેઓ ગુરુના ભયનું કારણ સમજી ગયા.

ગોરખનાથે એ ઈંટને થેલામાંથી કાઢીને નદીમાં ફેંકી દીધી.

સોનાનું વજન ગુરુના ભજનમાં વિક્ષેપ પાડી રહ્યું હતું. ગુરુના પરમ ભક્ત એવા શિષ્યથી એ શેં વેઠ્યું થાય ? શિષ્યે ઈંટ ફેંક્યાની વિગત ગુરુને જણાવી નહીં.

થોડે આગળ ગયા બાદ વળી કોઈક સ્થળે ગુરુએ એ જ પ્રશ્ન દોહરાવ્યો. ત્યારે જવાબ આપતાં ગોરખનાથ બોલ્યા, 'ગુરુજી, ભય કો તો મૈંને કૂએમેં ડાલ દિયા ! અબ આપ બિલકુલ બેફિકર રહીએ !'

અને ગુરુ મનોમન શરમાઈ ગયા !

૧૦૨. રક્ષક કેવી રીતે ભક્ષક બની શકે ?

ગુજરાત ઉપર મુસ્લિમ સલ્તનતનો રાજ્ય અમલ.

ઈ.સ. ૧૪૪૬ થી ૧૫૧૧ સુધીના ગાળામાં મહંમદ બેગડાએ ગુજરાત ઉપર શાસન કરેલું.

પંચાવન વર્ષના એના શાસનકાળની એક ઘટના.

આ રાજાને ચાર બેગમ.

એ ચારેયથી એક એક પુત્ર.

એમાં એક પુત્રનું નામ આબાખાન.

આ પુત્ર રંગીન મિજાજી.

એક વાર એની સવારી નગરમાંથી પસાર થતી હતી.

એની નજર એક મકાનના ઝરૂખા ઉપર પડી.

ત્યાં એક યુવતી ઊભી હતી અને સહજભાવે એ પણ સવારીને નીરખી રહી હતી.

શાહજાદાએ પોતાની ગરિમાની વિરુદ્ધ યુવતીની સામે એક ગંદો ઈશારો કર્યો.

કેટલાક નગરજનોનું ધ્યાન એ બાબત ઉપર ગયું.

એમનો રોષ ભભૂકી ઊઠ્યો.

બીજે દિવસે વાત દરબારમાં પહોંચી ત્યારે ખુદ મહંમદ બેગડાએ ન્યાય કરતાં આબાખાનની માતાને આબાખાનના શરબતમાં ઝેર ભેળવી આપવાનો હુકમ કર્યો. માતાએ એટલે કે બેગમે પુત્ર વતી માફી માગી અને આ હુકમ પાછો ખેંચવા ખૂબ વિનંતી કરી, પણ બાદશાહની વાત એક જ હતી : 'જેણે પ્રજાનું રક્ષણ કરવાનું છે. એ જ જ્યારે ભક્ષણ કરવા તરફ વળે એ કેવી રીતે ચલાવી લેવાય ? જો એના હાથ-પગ કાપવા જેવી સજા કરાશે તો એ આખી જિંદગી દુઃખી થશે એનાથી વધારે સારું કે ઝેરથી એનું મૃત્યુ થાય અને એ એને તરત જ જીવનથી મુક્ત કરશે.'

આજે પણ આ વાતની શાખ પૂરતી સીપરીની મસ્જિદમાં શાહજાદાની કબર છે જે મહંમદ બેગડાના અદલ ઇન્સાફની સાક્ષી પૂરે છે.

૧૦૩. ઘડપણનું વડપણ

જૂના સમયની એક વાત છે.

એક જાન એક ગામથી બીજે ગામે જવાની હતી.

ગામના જુવાનિયાઓને થયું કે જાનમાં ઘડરાંઓને લઈ જવાની શું જરૂર ? એમણે વૃદ્ધોને સાથે લેવાનું ટાળ્યું.

જુવાનો મસ્તી કરતાં જાનમાં નીકળી પડ્યા.

પરંતુ એક વૃદ્ધને એમની વાત નહોતી ગમેલી.

એ કોઈને ખબર ન પડે એ રીતે ચોરી-છૂપીથી જાનમાં ગોઠવાઈ ગયેલા.

સામેના ગામવાળાઓએ જાનનું ભાવભીનું સ્વાગત કર્યું, પણ જ્યારે જાનમાં એક પણ વૃદ્ધ ન દેખાયા ત્યારે એમને આશ્ચર્ય અને દુઃખ બંને થયા.

આ ગામના લોકોએ વડીલોની અવગણના કરનારા આ જુવાનિયાઓને પદાર્થપાઠ ભણાવવાનું નક્કી કર્યું.

એમાંના કેટલાક ડાહ્યા માણસોએ આ જાનના જુવાનિયાઓ આગળ ઠાવકાઈથી એક વાત મૂકતાં કહ્યું, 'તમે અહીં જાન લઈને આવ્યા છો એ બહુ સારી વાત છે, પરંતુ અમારા ગામનો એક રિવાજ છે કે જે લોકો જાન લઈને આવે એ સૌ પહેલાં અમારા ગામના કૂવાને ઘીથી ભરી દે એ પછી જ આ ગામની કન્યાને લઈ જઈ શકે.'

જુવાનિયાઓ મૂંઝવણમાં.

ઘીથી કૂવો શી રીતે ભરાય ?

આવી તે કેવી શરત ?

આ તો બરોબર મુશ્કેલીમાં મૂક્યા આ ગામના લોકોએ આપણને. જો એમને એમ કન્યા લીધા વગર પાછા જઈએ તો આપણા ગામમાં આપણી બેઇજ્જતી થાય અને અહીં કૂવો આખો ઘીથી ભરવો કેવી રીતે ?

એમને બરોબર ગૂંચવાયેલા જોઈને પેલા ચોરીછૂપીથી સાથે આવેલા વડીલ વૃદ્ધ પ્રગટ થયા. એમણે કહ્યું, 'આટલી નાની વાતમાં મૂંઝવણમાં મુકાઈ ગયા ? આ તો સાવ સહેલી વાત છે. જાવ, તમે એમને જઈને કહો કે અમે કૂવાને ઘીથી ભરી દેવા તૈયાર જ છીએ પણ પહેલાં તમે એ કૂવામાંનું

તમારું પાણી ખાલી તો કરો.'

સમસ્યાનો આવો સહજ ઉકેલ હોય એ તો પેલા જુવાનિયાઓએ વિચાર્યું જ નહોતું.

એ તો ખુશ ખુશ થઈ ગયા. એમને વૃદ્ધોના, વડીલોનો મહિમા સમજાયો.

તેઓ સામા ગામવાળા પાસે પહોંચ્યા અને એમને કૂવો ખાલી કરવાનું કહ્યું ત્યારે એ લોકોએ પણ હસીને કહ્યું, 'માનો ન માનો, પણ તમારી સાથે કોઈ વડીલ વૃદ્ધ જરૂર આવ્યા લાગે છે. નહીં તો તમને આવો ઉકેલ સૂઝે નહીં.'

પેલા જુવાનિયાઓને પણ હવે ઘડપણનું વડપણ સમજાઈ ગયું હતું.

૧૦૪. યાદશી ભાવના યસ્ય

દાદા ધર્માધિકારીએ આજના માનવસંબંધોને ભાવનાશૂન્ય, મમત્વરહિત યંત્રસંબંધો તરીકે ઓળખાવ્યા છે.

ભાવ વિનાના સંબંધો ભારરૂપ લાગે છે.

ભાવ એ તો માનવજીવનનો પ્રાણવાયુ છે.

એવા અભાવવાળું જીવન નરી ગૂંગળામણ જ માત્ર.

ભગવાન પણ ભાવનો જ ભૂખ્યો છે અને એટલે જ તો ભગવાન કૃષ્ણને પણ દુર્યોધનના મેવામીઠાઈ કરતાં વિદુરજીની ભાજી વધુ મીઠી લાગી હતી ને ?

આપણી દેવપૂજનની ક્રિયા કે પછી તીર્થયાત્રા વગેરેમાં પણ ભાવનું મહત્ત્વ જ વધારે છે.

ભાવશૂન્ય અંતઃકરણથી કરેલી યાત્રા ક્યારેય સફળ થતી નથી. કોઈકે એટલે સાચું જ કહ્યું છે કે કેવળ પગ ચાલે એ ભ્રમણ, એમાં વિવેક ઉમેરાય તો બને પ્રવાસ અને એમાં દિલ ઉમેરાય તો બને યાત્રા.

એક વાર.

કાશીમાં ગંગાસ્નાન કરીને આવતા ભક્તોની કસોટી કરવાની શિવ-પાર્વતીના મનમાં ઇચ્છા જાગી.

એમણે લીધું વૃદ્ધ-વૃદ્ધાનું રૂપ.

વૃદ્ધનું રૂપ લઈને શિવજી એક ખાડામાં પડી રહ્યા અને પાર્વતી વૃદ્ધારૂપે સૌને પોતાના પતિને ખાડામાંથી બહાર કાઢવા વિનંતી કરવા માંડ્યા.

પાર્વતીની વિનંતી.

પતિને ખાડામાંથી બહાર કાઢવાની વિનંતી.

પણ સાથે એમની એક શરત.

'જે મનસા, વાચા અને કર્મણા નિષ્પાપ હોય એ વ્યક્તિ જ મારા પતિને બહાર કાઢવા પ્રયત્ન કરે. કદાચ મારા પતિને હાથ લગાડનાર વ્યક્તિ પાપી હશે તો પતિને હાથ લગાડતાં જ એ વ્યક્તિ બળીને ભસ્મ થઈ જશે.'

પાર્વતીની આ શરતે ભલભલાના હાંજા ગગડાવી દીધા. કોઈને

પોતાની જાતમાં વિશ્વાસ નહોતો. પોતાની પવિત્રતાની કોઈને ખાતરી નહોતી.

અને એટલે જ સૌ આઘાપાછા જતા હતા.

ત્યાં એક તેજસ્વી યુવાન...

ગંગાસ્નાન કરીને આવતો હતો.

વૃદ્ધને ખાડામાં પડેલા જોઈને એનું મન સહજ રીતે જ દ્રવિત થઈ ગયું. એ વૃદ્ધને બહાર કાઢવા તત્પર બન્યો ત્યારે પાર્વતીએ પેલી વાત જણાવી.

બળીને ભસ્મ થઈ જવાની વાત.

પણ આ યુવાનને એ વાતે કોઈ અસર ન કરી. એણે તો પૂરા વિશ્વાસથી વૃદ્ધાને કહ્યું, 'મેં પાપ કર્યાં જ નથી. અને કદાચ પાપ થઈ ગયાં હોય તો પણ હું તો હમણાં જ સૌના પાપને ધોનારી પાવનકારી ગંગામાં સ્નાન કરીને આવ્યો છું. એટલે મારાં પાપ તો હશે તો પણ ધોવાઈ ગયાં છે.'

અને એણે વૃદ્ધને હાથનો ટેકો આપીને બહાર કાઢ્યા.

શિવ-પાર્વતી આ યુવાનની શ્રદ્ધા અને પવિત્ર ભાવનાથી પ્રસન્ન થયાં.

યુવાને ખાલી ગંગાના પાણીથી દેહ નહોતો પખાળ્યો પોતાના આત્માને પણ પખાળ્યો હતો.

૧૦૫. બેટા, માગસર મહિને આવજે

આપણા પ્રાચીન સાહિત્યની એક બોધકથા છે.

અળસિયું એક વાર પોતાની કન્યા માટે યોગ્ય મુરતિયાની શોધમાં નીકળ્યું.

શોધ કરતાં કરતાં એનું ધ્યાન શેષનાગના કુંવર ઉપર આવીને ઠર્યું.

અળસિયાએ શેષનાગને વિનંતી કરી. કહ્યું, 'મારી કન્યા સર્વગુણ સંપન્ન છે. બીજી બાજુ આપનો કુંવર પણ ગુણોનો ભંડાર છે. મને લાગે છે કે બંનેની જોડી જુગતે જોડી બનશે. આપની અનુમતિ હોય તો આ સંબંધ શક્ય બને.'

ક્યાં અળસિયું અને ક્યાં શેષનાગ !

પરંતુ શેષનાગે અળસિયાને તુચ્છકાર્યું નહીં. ખૂબ જ ઠરેલ રીતે વાત કરતાં કહ્યું, 'તારી વાત વાજબી છે. પરંતુ તને ખબર છે ને કે ચોમાસાના ચાર મહિના દેવ પોઢી ગયા હોય એટલે કોઈ સારું કામ ચોમાસાના આ ગાળામાં થાય નહીં, એવું કર તું માગસર મહિનામાં આવજે ત્યારે આપણે લગ્ન લઈશું.'

અળસિયું તો રાજીનું રેડ થતું, માગસરની રાહ જોતું ગયું. મનોમન શેષનાગની નમ્રતા અને મહાનતાની પ્રશંસા કરી.

બીજી બાજુ.

શેષનાગ અળસિયાના ગયા પછી મૂછમાં હસતા હતા.

તેમણે મનોમન વિચાર્યું, 'શ્રાવણનાં આ સરપોલિયાં ભાદરવામાં જીવતાં રહે તો માગસરમાં આવશે ને ?'

આ કથા ખૂબ જ માર્મિક છે.

આપણામાંથી ઘણા બધાની ભક્તિ શ્રાવણનાં સરવરિયા જેવી હોય છે.

શ્રાવણ મહિનામાં આપણે ભગવાનને ખૂબ યાદ કરીએ પણ મનોમન તો પ્રાર્થના એવી જ ચાલતી હોય કે ક્યારે શ્રાવણ મહિનો પૂરો થાય અને દેવનો છેડો છૂટે.

શ્રાવણ મહિનામાં પ્રભુ પાસે માગણી લઈને જઈએ કે 'પ્રભુ ! હું

જીવ છું. તું તો શિવ છું. આપણો સંબંધ થવો જ જોઈએ, પ્રભુ પાસે આવી વિનંતી આપણી ક્ષણિક હોય છે અને એટલે જ આવા શ્રાવણિયા ભગતને પ્રભુ જાણે સંભળાવે છે : 'બેટા, માગસર મહિને આવજે.'

સાચી ભક્તિ
સમયાધીન નહીં હોવી જોઈએ.
એમાં તો એક જ વાત હોય :
'આયે હૈ તેરે દર પે તો કુછ કર કે ઉઠેંગે,
યા વસ્લ હી કર લેંગે, યા મર કે ઉઠેંગે.'

આવો દૃઢ સંકલ્પ સાધનાને સિદ્ધિની કક્ષાએ પહોંચાડી શકે.

૧૦૯. જીવન માણવા માટે છે.

એક વેપારી.

ખૂબ જ સજ્જન.

પોતાના વેપારમાં નિષ્ઠા ઉમેરીને જ એ વ્યવસાય કરે.

જે કંઈ કમાણી કરે એમાં સંતોષ ઉમેરે.

એક વાર એને ત્યાં ચોરી થઈ.

ચોરીમાં ઘણું બધું ગુમાવ્યું.

કોઈ એક ક્ષણે આ ચોરીએ એના મનને આળું કરી મૂક્યું.

એના મનને એક પ્રશ્ન સતત પજવવા માંડ્યો, 'મેં જીવનમાં અને મારા વેપારમાં ક્યારેય નિષ્ઠા ગુમાવી નથી. કોઈનું અણહક્કનું છીનવ્યું નથી. છતાં મને જ આ ફટકો કેમ ?'

એ ઉદાસ બની ગયો.

એની ઉદાસીનતા એની પાસેથી હટવાનું નામ જ ન લે.

જીવનની બધી પ્રવૃત્તિમાં ઉદાસીનતા વીંટળાઈ વળી.

એમનાં સ્નેહીજનોથી એમનું આ સ્વરૂપ વેઠ્યું ન ગયું.

એમના સ્નેહીજનોમાં એક સંત પણ ખરા.

એમણે જ્યારે વેપારીના મનની દશા વિશે જાણ્યું ત્યારે એમને મળવા એ આવી પહોંચ્યા.

ઘરના સૌ સાથે બેઠા હતા.

સંતે વાતવાતમાં સૌ સમક્ષ એક સરસ રમૂજ સંભળાવી.

આ રમૂજે સૌને ખડખડાટ હસાવી દીધા.

સંતે એ રમૂજને કારણ વિના દોહરાવી.

બીજી વારની એમની એ રમૂજે થોડાકના જ મુખ ઉપર હાસ્યની આછી લકીર ફરકી.

પણ આ સંતને શું કહેવું ?

એમણે તો એ રમૂજને ફરી એક વાર વધુ દોહરાવી. કોઈ પ્રયત્ન કરવા છતાં સંતની રમૂજ ઉપર હસી ના શક્યું ત્યારે સંતે પેલા વેપારી એવા પોતાના સ્નેહીજનને સંબોધીને કહ્યું, 'ભાઈશ્રી, તમે જોયું ને કે મેં કરેલી

રમૂજ સૌને પહેલી વાર હસાવી ગઈ પણ એ રમૂજ હોવા છતાં બીજી વાર, ત્રીજી વાર કોઈને ન હસાવી શકી, તો પછી કોઈ એકાદ દુઃખદ ઘટના ઉપર આખી જિંદગી રડી કેવી રીતે શકાય ? જીવનની ગતિ કોઈ ઘટનાથી રોકાતી નથી. જ્યાં સુધી શ્વાસ છે ત્યાં સુધી જીવનને હસતા મુખે જીરવવું જોઈએ. જીવન ખૂબ જ મૂલ્યવાન છે. એને નાની નાની ઘટનાઓના સુખદુઃખના આંચકાથી વેડફી ન દેવાય.'

સંતની આ વાત.

વેપારીના મનને સ્પર્શી ગઈ.

ફરી પાછો પોતાના વેપારને જમાવવા એ નિષ્ઠાથી લાગી ગયો.

૧૦૭. એ ભારતીય સંસ્કૃતિનો રથ છે

અમેરિકામાં ભારતીય સંસ્કૃતિનો વિજયધ્વજ લહેરાવીને જ્યારે સ્વામી વિવેકાનંદ ભારત પાછા ફર્યા ત્યારે સૌપ્રથમ તેઓ દક્ષિણમાં કન્યાકુમારીમાં ઊતર્યા.

એ સમયે એમના સ્વાગતમાં હજારો લોકો જોડાયા.

સો ફૂટ લાંબા દોરડા સાથે બાંધેલા રથમાં એમને બેસાડાયા.

આ રથને દોરડા સાથે હજારો લોકો ખેંચતા હતા.

એ સમયે ત્રાવણકોરના મહારાજા અને દીવાન પણ આ રથને ખેંચવાની કામગીરીમાં ઉમંગ અને ગૌરવથી જોડાયા.

ઘણા બધાને આશ્ચર્ય થયું.

ખુદ મહારાજા રથના દોરડાને ખેંચે એ વાત રાજ્યના કેટલાક અધિકારીઓને અજુગતિ લાગી.

એમણે ધીમેથી રથમાં બેઠેલા સ્વામીજીના કાનમાં કહ્યું, 'સ્વામીજી, ખુદ મહારાજા આપના આ રથનું દોરડું ખેંચે એ અમને અયોગ્ય લાગે છે. આપ એમને આવું કરતાં અટકાવો.

સ્વામીજીએ કહ્યું, 'મને એમાં કંઈ અજુગતું નથી લાગતું. એ મારા રથને નહીં પણ ભારતીય સંસ્કૃતિ અને ધર્મના રથને ખેંચે છે. પછી પોતાના ભગવા રંગનો ખેસ ઊંચો કરી કહે, 'ભારતમાં જ્યાં સુધી સંન્યાસી રૂપી આ રથને ખેંચવામાં સત્તા પણ એક પ્રકારનું ગૌરવ સમજે છે, ત્યાં સુધી ભારતની સંસ્કૃતિ અને સનાતન ધર્મનો ધ્વજ સદા લહેરાતો જ રહેશે.' અને પછી આગળ કહ્યું, 'તમે સમજો કે ત્રાવણકોરના મહારાજા વિવેકાનંદનો નહીં પણ ભારતીય સંસ્કૃતિનો રથ ખેંચી રહ્યા છે અને એ રીતે તેઓ આપણી સંસ્કૃતિની પ્રતિષ્ઠામાં વૃદ્ધિ કરી રહ્યા છે.'

❖ ❖ ❖